राम प्रधान यांनी १९५२ मध्ये भारतीय प्रशासकीय सेवेत (आय्.ए.एस्.) प्रवेश केल्यापासून, पुढील ३४ वर्षांत अनेक महत्त्वपूर्ण पदांचा कार्यभार समर्थपणे सांभाळला.

महाराष्ट्राचे पहिले मुख्यमंत्री कै. यशवंतराव चव्हाण यांचे ते १९६० ते १९६५ पर्यंत स्वीय सचिव होते. नवीन महाराष्ट्र राज्याच्या जडण-घडण कार्यांत सहभागी होऊन ते २० नोव्हेंबरला यशवंतरावांच्याबरोबर दिल्लीला गेले. नेफा युद्धानंतर, भारतीय संरक्षणनीती व सैन्याच्या पुनर्बांधणीत संरक्षणमंत्र्यांना मदत करण्याची संधीही त्यांना लाभली.

शासकीय सेवेतून ३० जून, १९८६ रोजी निवृत्त झाल्यावर अरुणाचल प्रदेशाचे राज्यपाल म्हणून राम प्रधान यांनी तीन वर्षे कार्य केले व तदनंतर महाराष्ट्राच्या विधान परिषदेचे ते दोन वर्षे सभासद होते.

कर्तृत्वसंपन्न राजकीय सेवेबद्दल राम प्रधान यांचा २६ जानेवारी, १९८७ च्या प्रजासत्ताक दिनी **पद्मभूषण** हा राष्ट्रीय पुरस्कार देऊन गौरव करण्यात आला.

राम प्रधान यांनी विविध वर्तमानपत्रांमध्ये विपुल लेखन केले असून *राजीव गांधींचे सहवासात; वादळमाथा; बंधनाचे ऋण; Working with Rajiv Gandhi; Debacle to Revival – Y. B. Chavan, Defence Minister; 1965 War Inside story; Never a Dull Moment – with Men of Honour & Dishonour* अशी मराठी व इंग्रजी या भाषेतील त्यांची ग्रंथसंपदा आहे.

१९६५
भारत-पाक युद्ध

पहिली फेरी?

यशवंतराव चव्हाण यांच्या रोजनिशीसह

राम प्रधान

मेहता पब्लिशिंग हाऊस

PAHILI PHERI? by Ram Pradhan

पहिली फेरी? / राजकीय

© राम प्रधान

राम प्रधान – इ-१३, अशोका सोसायटी, नेलर रोड, पुणे - ४११ ००१
① ०२०-२६१२५५७० E-mail : loparam@hotmail.com

प्रकाशक   : सुनील अनिल मेहता, मेहता पब्लिशिंग हाऊस,
                  १९४१, सदाशिव पेठ, माडीवाले कॉलनी, पुणे – ४११ ०३०

अक्षरजुळणी : इफेक्ट्स, २१/६ब, आयडिअल कॉलनी, कोथरूड,
                  पुणे – ४११ ०३८

मुखपृष्ठ   : चंद्रमोहन कुलकर्णी

प्रथमावृत्ती   : जुलै, २००८ / पुनर्मुद्रण : मार्च, २०१०

ISBN 978-81-7766-970-1

ऋणानुबंध

यशवंतराव चव्हाण व राम प्रधान

१ मे, १९६० रोजी स्थापन झालेल्या महाराष्ट्र राज्याच्या सर्वांगीण विकासासाठी यशवंतराव चव्हाण गुंतले असताना, नोव्हेंबर १९६२मध्ये त्यांची राजकीय वाटचाल इतिहासाच्या वळणावर केव्हा आली, याची जाणीवही झाली नाही. **हिमालयाच्या संरक्षणासाठी सह्याद्रीला** जावे लागले. २० नोव्हेंबर, १९६२ला यशवंतरावांबरोबर मीही दिल्लीला गेलो. महाराष्ट्रात हाती घेतलेले काम पूर्ण न होता दिल्लीला जावे लागले याबद्दल यशवंतरावांना खंत होती; परंतु ते जाणे अपरिहार्य होते याचीही त्यांना जाणीव होती. ज्या संकटकालीन परिस्थितीत त्यांना संरक्षणमंत्री पदासाठी पाचारण केले होते, ते आमंत्रण म्हणजे एका तऱ्हेने नवोदित नेत्यासाठी आव्हान होते.

२० नोव्हेंबरला, चीनचे सैन्य आसामच्या ब्रह्मपुत्रा खोऱ्यात केव्हाही घुसेल अशी परिस्थिती होती. ज्या दिवशी यशवंतराव दिल्लीत पोहोचले त्याच रात्री *(२०-२१ नोव्हेंबर, १९६२)* चीनने युद्धबंदी जाहीर केली. युद्धबंदी होताच दिल्लीत पक्षांतर्गत राजकारण सुरू झाले व सुरुवातीचा काळ यशवंतरावांचे राजकीय जीवनात वादळी ठरला. परंतु शांतपणे परिस्थितीला तोंड देऊन त्यांनी एका वर्षात पंडित नेहरूंचा विश्वास संपादन केला व दिल्लीतील आपले विशिष्ट स्थान प्रस्थापित केले.

२० नोव्हेंबर, १९६२ ते २५ जानेवारी, १९६५ हा एकूण कालावधी यशवंतरावांचा सचिव म्हणून संरक्षण मंत्रालयात मी काढला. २७ जानेवारी, १९६५ रोजी मी वाणिज्य मंत्रालयात दाखल झालो आणि निरनिराळ्या वाटाघाटींसाठी माझ्या परदेशच्या यात्रा सुरू झाल्या. ऑगस्ट १९६५मध्ये मी जिनिव्हात असताना पाक युद्धाच्या दिशेने वाटचाल करीत आहे असे कळले. सप्टेंबर महिन्याच्या सुरुवातीला भारत-पाक युद्ध सुरू झाले त्या वेळी मी ब्रसेल्सला भारताचे तत्कालीन राजदूत श्री. कृष्णबिहारी लाल यांना भेटण्यास गेलो होतो. तेथेच मला

वाणिज्य मंत्रालयाचे सचिव श्री. डी. एस्. जोशी यांनी तातडीने दिल्लीस बोलावले आहे, हा निरोप मिळाला.

दिल्लीला परत येताच मी श्री. जोशी यांना वाणिज्य मंत्रालयात भेटलो आणि त्यांनी सांगितल्याप्रमाणे यशवंतराव चव्हाण यांना भेटण्यासाठी संरक्षण मंत्रालयात गेलो. मला त्या वेळी त्यांनी का बोलावले असेल याची कल्पना नव्हती. मी त्यांना भेटताच ते म्हणाले, ''या आणीबाणीच्या वेळी तू माझ्याजवळ असावास असे वाटले म्हणून तुला घाईने बोलावले.''

माझ्या चेहऱ्यावरील आश्चर्यमिश्रित प्रतिक्रिया बघून 'आपण युद्धकाळात बरोबर काम करू' असे यशवंतराव म्हणाले. मला नाही म्हणणे शक्यच नव्हते. ते माझे कर्तव्य होते. वाणिज्य मंत्रालयाच्या हुद्द्यावर राहीन व अनौपचारिकपणे आपल्याबरोबर काम करीन, असे मी त्यांना सांगितले. त्याप्रमाणे १६ सप्टेंबरपासून पुढील सहा आठवडे मी परत त्यांच्याबरोबर काम केले.

नोव्हेंबर १९६२ साली दिल्लीत पदार्पण केल्यानंतर यशवंतरावांची जी राजकीय कोंडी झाली, ज्या मनोव्यथा त्यांना सहन कराव्या लागल्या त्याचे वर्णन *वादळमाथा* (मेहता पब्लिशिंग हाऊस, पुणे, नोव्हेंबर १९९५) या पुस्तकात मी केले आहे.

वादळमाथाचे प्रकाशन झाल्यानंतर यशवंतरावांचे भाचे श्री. शामराव पवार यांनी एक दिवस मला त्यांचेजवळ असलेली यशवंतराव चव्हाण यांच्या हस्ताक्षरातील, १ ते २२ सप्टेंबर, १९६५ या भारत-पाक युद्धकाळातील रोजनिशी दाखविली.

आपल्या हयातीत यशवंतरावांनी आत्मचरित्राचा पहिला भाग, *कृष्णाकाठ*, प्रसिद्ध केला होता. त्यात आपले बालपण व त्या वेळच्या मुंबई राज्यात राजकीय कारकीर्द सुरू होण्यापर्यंतच्या काळाविषयी लिहिले आहे. दुसऱ्या खंडात ते त्यांचे मुंबई येथील १९४६ पासूनचे वास्तव्य, विशेषत: महाराष्ट्र राज्य निर्मिती व २० नोव्हेंबर, १९६२ रोजी संरक्षणमंत्री पद घेण्यासाठी दिल्लीला प्रयाण येथपर्यंतचा कालावधी याबाबत **समुद्रकाठ** या नावाने लिहिणार होते. त्यासाठी त्यांनी बऱ्याच कागदपत्रांची जुळवाजुळव केली होती. तसेच नोव्हेंबर १९६२च्या पुढील दिल्लीतील वास्तव्याविषयी ते **जमुनाकाठ** या नावाने लिहिणार होते. हे सर्व काम त्यांच्या मृत्यूमुळे राहून गेले.

इतिहासकारांना उपयुक्त अशी रोजनिशी पाहताच, मी श्री. शामराव

पवार (हे वेणूताई चव्हाण ट्रस्ट व ग्रंथालयाचे विश्वस्त होते) यांची औपचारिक परवानगी घेऊन ती रोजनिशी माझ्या *Debacle to Revival* (प्रकाशक : ओरिएंट लाँगमन, १९९८) या इंग्रजी भाषेत लिहिलेल्या पुस्तकात प्रसिद्ध केली (१९९८).

आज यशवंतराव चव्हाण यांनी स्वतःच्या हस्ताक्षरात लिहिलेली भारत-पाक युद्धाची रोजनिशी, इतिहासाचे एक महत्त्वाचे अंग म्हणून १९६५च्या युद्धविषयक उपलब्ध माहितीच्या आधारे मराठी वाचकांसाठी सादर करण्यात मला विशेष आनंद होत आहे.

वादळमाथा प्रमाणे या पुस्तकाचे नावही यशवंतरावांचे शब्दातच दिले आहे. '२२ सप्टेंबर, १९६५' या युद्धसमाप्तीच्या दिवशी केलेल्या नोंदीत यशवंतरावजींनी त्या युद्धाचे वर्णन **पहिली फेरी** असे केले आहे व पुढे काय? हा प्रश्नही त्यांनी उपस्थित केला. १९६५च्या युद्धातील पहिल्या फेरीनंतर भारत व पाकिस्तान यांच्यामध्ये १९७१ साली युद्ध झाले व त्या युद्धाअंती बांगला देशाचा जन्म झाला. परंतु यशवंतराव चव्हाण यांनी विचारलेल्या 'पुढे काय?' या प्रश्नाचे उत्तर आजही सापडलेले नाही. तो विषय मी पुस्तकाच्या 'काश्मीरप्रश्न – पुढे काय?' या शेवटच्या प्रकरणात वाचकांसमोर सादर केला आहे.

या पुस्तकाचे काम बरीच वर्षे अर्धवट राहिले होते. माझे सन्मित्र श्री. बी. जी. शिर्के यांच्या आग्रहामुळे मी ते परत हाती घेतले. या पुस्तकाच्या लघुलेखन, टंकलेखन व इतर कामांसाठी त्यांनी आपले स्वीय सहाय्यक श्री. चंद्रकांत कदम यांची सेवा उपलब्ध करून दिल्यामुळे हे पुस्तक आज प्रकाशित होत आहे. त्याबद्दल त्यांचा मी आभारी आहे.

तसेच मेहता पब्लिशिंग हाऊसचे श्री. सुनील मेहता, त्यांचे सहकारी व श्री. अविनाश पंडित यांनी ज्या आत्मीयतेने व कार्यशीलतेने या ग्रंथाचे काम केले, त्याबद्दल मी त्यांचे कौतुक करतो व आभार मानतो.

राम प्रधान

निवेदन

भारत-पाकिस्तान यांच्या मध्ये सप्टेंबर १९६५ मध्ये जे युद्ध झाले, त्यावेळी यशवंतराव चव्हाण यांनी आपल्या रोजनिशीत १ आणि २२ सप्टेंबर या तारखांना केलेल्या मूळ नोंदी अनुक्रमे १५४ आणि १७० या पानांवर अंशतः पुनर्मुद्रित केल्या आहेत.

प्रास्ताविक

१ सप्टेंबर, १९६५ रोजी भल्या पहाटे पाकिस्तानच्या चिलखती दलाने छांब क्षेत्रात मोठा हल्ला चढविला. त्या दिवसापासून २२ सप्टेंबर, १९६५ रोजी युद्धसमाप्त झालेल्या दिवसापर्यंत यशवंतराव चव्हाण यांनी एका रोजनिशीत प्रत्येक दिवशी युद्धक्षेत्रावर, संरक्षण मंत्रालयात, राजकीय पातळीवर, संसदेमध्ये काय काय घडले त्याचे अत्यंत संक्षिप्त वर्णन लिहून ठेवले होते. त्यामध्ये युद्धआघाडीवर प्रत्येक दिवशी होणारी आगेकूच आणि माघार, हार आणि जीत, चांगले आणि वाईट निर्णय, तसेच भारतीय भूसेना प्रमुख यांची मानसिक अवस्था आणि पंतप्रधान लालबहादूर शास्त्री यांनी दाखविलेला खंबीरपणा इत्यादींचे मोजक्या शब्दात वर्णन केले आहे.

१९६५च्या युद्धानंतर ४० वर्षांचा काळ लोटला आहे. त्यामुळे त्या युद्धाविषयी आणि जे यशवंतराव चव्हाण यांनी आपल्या रोजनिशीत लिहिले आहे त्याविषयी, यशवंतराव चव्हाणांच्या नोंदीनंतर त्यांनी लिहिलेल्या मजकुरावर मी टिपणी केली आहे. याचा उद्देश युद्धक्षेत्रावर व इतर आघाड्यांवर होणाऱ्या घटनांचे आकलन वाचकांना सहज व्हावे हा आहे. या टिपणांमध्ये युद्धक्षेत्रातील सैन्याच्या हालचाली, ठिकठिकाणी झालेली युद्धे, तसेच आंतरराष्ट्रीय पातळीवरील राष्ट्रसंघात आणि इतर महत्त्वाच्या देशांनी जी काही कार्यवाही केली, त्याचादेखील समावेश आहे.

१९६५च्या भारत-पाक युद्धाविषयी बरेच ग्रंथ लिहिले गेले आहेत. त्यामध्ये भारतीय तसेच पाकिस्तानी सेनाधिकाऱ्यांचे ग्रंथ आहेत. पण त्यात साहजिकच निरपेक्ष वर्णन आढळत नाही. त्यास्तव या पुस्तकासाठी मी मुख्यतः *रसेल ब्राईन* (Russell Brine) यांनी लिहिलेल्या *दि इंडो-पाकिस्तान कॉन्फ्लिक्ट* (The Indo-Pakistan Conflict) या पुस्तकाचा आधार घेतला आहे. भारतीय लेखकांत प्रामुख्याने मेजर जनरल जोगिंदर सिंह यांनी लिहिलेले *बिहाइन्ड दि सीन* (Behind the Scene) व मेजर

जनरल लक्ष्मण सिंह यांनी लिहिलेले *मिस्ड अपॉर्च्युनिटीज् : इंडो-पाक वॉर, १९६५ (Missed Opportunities : Indo-Pak War, 1965)* यांचा उपयोग केला आहे. त्या ग्रंथातील वर्णने सुबोध व स्पष्ट असून, त्यात मांडलेली मतेही वस्तुस्थितीदर्शक व तर्कसंगत असल्याचे मला आढळले. या प्रकाशनांतील माहितीचा उपयोग केल्याचे मी कृतज्ञतापूर्वक मान्य करीत आहे.

या पुस्तकाचा मुख्य उद्देश यशवंतराव चव्हाण यांनी लिहिलेल्या नोंदींवर उजेड टाकणे असल्यामुळे, ज्या काही टिप्पण्या केल्या आहेत, त्या त्यांनी जे लिहिले आहे ते आज वाचकांना समजावे, या दृष्टीने लिहिले आहे. तसे करताना माझा उद्देश १९६५च्या भारत-पाक युद्धाच्या घटना सखोल व अभ्यासपूर्वक मांडण्याचा नाही.

वाचकांच्या सोयीसाठी रोजनिशीचा काळ (१ ते २२ सप्टेंबर, १९६५) दोन भागांत सादर करण्यात आला आहे. प्रकरण ६ मध्ये पहिला भाग युद्ध क्षेत्र आणि आघाडीवरील घडामोडी, संरक्षण मंत्रालय व दिल्ली येथील युद्धविषयक खलबती यांविषयी आहे. दुसऱ्या भागात (प्रकरण ७ ते १६) युद्ध सुरू होताच आंतरराष्ट्रीय राष्ट्रसंघाने व काही महत्त्वाच्या देशांनी भारतावर जो दबाव आणला त्याविषयी यशवंतराव चव्हाण यांनी केलेल्या नोंदींच्या संदर्भात त्याचे वर्णन केले आहे.

अनुक्रम

(टीप : परिशिष्टे १ ते ६ अधिकृत दस्तावेज आहेत. याकरिता ते इंग्रजीतच ठेवले आहेत.)

पूर्वार्ध

१

युद्धनीती

१९६५च्या भारत-पाक युद्धात यशवंतराव चव्हाण यांनी संरक्षणमंत्री म्हणून निर्णायक आदेश व युद्धविषयक मार्गदर्शन केले, त्याचे मूळ यशवंतरावांच्या बौद्धिक व वैचारिक शिदोरीत होते.

संरक्षणमंत्री होताच यशवंतरावांनी चीन देशाची मानसिक अवस्था, तसेच युद्धनीती यांच्या अभ्यासाची सुरुवात माओ-त्से-तुंगच्या लिखाणांच्या वाचनाने केली. त्या विषयाचे ग्रंथ मिळविण्याबद्दल लेखकाला सांगताना चव्हाणांनी सांगितले, "शत्रूच्या मनात काय असते ते ठाऊक असणे आवश्यक असते; कारण संघर्षाचा मूळ उगम तेथे (मनात) असतो. इतकेच नाही तर शत्रू कसा वागेल याचा अंदाज बांधण्यासाठी हे आवश्यक आहे."

माओचा अभ्यास केल्यानंतर चव्हाणांनी आपल्या स्मरणासाठी टिपणी म्हणून एका कागदावर 'आक्रमक कृतीसाठी– लढाईसाठी– तीन मूलभूत नियमांचे पालन' अशी नोंद केली.

पहिला नियम

वेगाने हालचाली करा. मोठ्या प्रमाणावर फौजांची जमवाजमव करा आणि ताबडतोब हल्ला चढवा.

दुसरा नियम

स्वतःच्या पुढाकाराने, कल्पकतेने आक्रमणाच्या सर्व तपशिलाची जुळवाजुळव करा. भाग पडले किंवा सक्तीचे झाले म्हणून आक्रमक कारवाई करू नका.

तिसरा नियम

पूर्वतयारीशिवाय कोणत्याही लढाईत लढू नका आणि जेथे विजयाचा विश्वास वाटत नाही त्या लढाईत पडू नका.

संरक्षण मंत्रालयातील आपल्या टेबलावरती काचेखाली, टिपण केलेला तो कागदाचा तुकडा यशवंतरावांनी ठेवला होता. १९६५च्या भारत-पाक युद्धात १ सप्टेंबरला पाकिस्तानला प्रत्युत्तर देणाऱ्या व तद्नंतर ५ सप्टेंबरला आंतरराष्ट्रीय सीमा पार करून लाहोरच्या दिशेने चढाई करण्याच्या निर्णयामागे माओंच्या विचारांचा प्रभाव त्यांच्यावर किती पडला होता, हे दिसून आले.

निर्णायक क्षण

बुधवार, ता. १ सप्टेंबर १९६५. स्थळ : १०८, साऊथ ब्लॉक, संरक्षणमंत्र्यांचे कार्यालय, नवी दिल्ली. वेळ : दुपारी ४.०० वाजता.

संरक्षणमंत्री यशवंतराव चव्हाण आपल्या वरिष्ठ अधिकाऱ्यांबरोबर सल्लामसलत करीत होते. संरक्षण सचिव पी. व्ही. आर. राव, वायुसेनाप्रमुख एअर चीफ मार्शल अर्जन सिंह व भूसेना अडजुटन्ट जनरल, ले. ज. कुमारमंगलम् त्या चर्चेत सहभागी होते. भूसेनाप्रमुख जनरल जे. एन. चौधरी त्या सकाळी काश्मीर खोऱ्यात नुकत्याच झालेल्या सैनिकी कारवायांचे निरीक्षण करण्यासाठी गेले होते. त्या कारवायांविषयी ३१ ऑगस्ट रोजी यशवंतरावांनी लोकसभेत निवेदन केले होते (परिशिष्ट १). पाकिस्तानी सैनिकांच्या गनिमी कारवायांना बंदी घालण्यासाठी भारतीय सेनेने २६ ऑगस्टला उरी विभागात युद्धबंदी रेषा ओलांडली होती व तेथील गनिमी हल्लेखोरांची हकालपट्टी केली, असे त्यांनी निवेदन केले.

हल्लेखोर गुलमर्ग व काश्मीर खोऱ्यात कित्येक ठिकाणी हल्ला करण्यासाठी जय्यत तयारी करीत होते. त्यांना तिथेच जेरबंद करण्यासाठी भारतीय सेनेला युद्धबंदी रेषा ओलांडून हल्ला करणे अपरिहार्य होते. या पार्श्वभूमीवर पाकिस्तान हल्ला करणार हे निश्चित होते; पण तो केव्हा व कोठे याची कोणालाच कल्पना नव्हती.

चौधरी त्याच दिवशी दुपारी परतले. सायंकाळी ४.३० वाजता जनरल चौधरी घाईघाईने संरक्षणमंत्र्यांच्या खोलीत शिरले व त्यांनी एअर चीफ मार्शल अर्जन सिंह यांना बोलावले. चार-पाच मिनिटांच्या चर्चेनंतर ते दोघे संरक्षणमंत्र्यांकडे आले. जनरल चौधरी यांनी थोडक्यात सांगितले की, पाकिस्तानी सेनेच्या रणगाडे व चिलखती दलाने जम्मू प्रदेशाच्या सलग छांब भागात त्या सकाळी मोठ्या प्रमाणात जो हल्ला चढवला,

त्या हल्ल्याला त्या विभागातील भारतीय सेनेचे तुरळक घटक सकाळपासून तोंड देत आहेत. परंतु नुकत्याच मिळालेल्या माहितीनुसार परिस्थिती अत्यंत गंभीर झाली आहे आणि जम्मू प्रदेशात अखनूर येथील चिनाब नदीवर वसलेल्या पुलाचा कब्जा घेण्याचा पाकिस्तानी सेनेचा मनसुबा आहे व तसे झाल्यास पठाणकोट ते जम्मू व पुढे श्रीनगरला जाणाऱ्या महामार्गावर भारतीय सेनेला हालचाली करणे शक्य होणार नाही. तसेच जम्मू आणि काश्मीर खोऱ्यात असलेल्या भारतीय सेनेची कोंडी करण्यात पाकिस्तान यशस्वी होईल. या परिस्थितीत जनरल चौधरी यांनी भारतीय वायुसेनेची मदत मागितली होती.

वायुसेनाप्रमुख अर्जनसिंह यांनी ४.४५ वाजता छांब भागात पाकिस्तानी रणगाड्यांना तोंड देण्यासाठी भारतीय वायुसेनेला हिरवा कंदील दाखवावा, अशी चव्हाणांना विनंती केली. संध्याकाळ आणि युद्धक्षेत्रावरील परिस्थिती यामुळे तेव्हाचा प्रत्येक क्षण अतिमहत्त्वाचा होता. पंतप्रधान लालबहादूर शास्त्री यांना भेटून सर्व परिस्थितीची कल्पना देण्याएवढाही वेळ नव्हता. तसेच टेलिफोनवरून त्यांना हे सर्व समजावून सांगणे शक्य नव्हते, हे चव्हाणांच्या लक्षात आले. त्यांनी स्वतःवर संपूर्ण जबाबदारी घेऊन भारतीय सेनेला वायुसेनेचा उपयोग ताबडतोब करण्याचा आदेश दिला. त्या वेळी ४ वाजून ५० मिनिटे झाली होती.

भारतीय लढाऊ विमानांनी ५ वाजून १९ मिनिटांनी पठाणकोट येथून आकाशात उड्डाण केले. भारतीय वायुसेनेने पाकिस्तानी रणगाड्यांवर बॉंबहल्ला केला, तसेच युद्धक्षेत्रात पाकिस्तानी सेनेला संरक्षण देणाऱ्या एफ्-८६ सेबरजेट विमानांशी जोरदार लढत दिली.

त्या प्रतिहल्ल्यामुळे पाकिस्तानचे चिलखती दल छांब युद्धक्षेत्रात अडकले गेले. भारत एका मोठ्या संकटातून वाचला होता. तो निर्णय यशवंतराव चव्हाणांच्या संपूर्ण राजकीय-शासकीय जीवनातील उच्च बिंदू होता.

हिमालयाच्या रक्षणासाठी सह्याद्री

यशवंतराव चव्हाण यांची भारताच्या संरक्षणमंत्री पदावर नेमणूक हा एक अत्यंत नाट्यमय प्रसंग होता. महाराष्ट्राच्या एका तरुण नवोदित नेत्याला पंडित जवाहरलाल नेहरू स्वत: पाचारण करीत आहेत हा यशवंतरावांच्या जीवनातील एक महत्त्वपूर्ण क्षण होता. त्याचे वर्णन त्या वेळी 'हिमालयाच्या रक्षणासाठी सह्याद्री' असे करण्यात आले. हे शब्द कोणी व केव्हा प्रथम उच्चारले याविषयी आजही कुतूहल आहे. खरे म्हणजे ते शब्द यशवंतरावांचेच होते. १ नोव्हेंबर, १९६२ रोजी आकाशवाणीच्या मुंबई केंद्रावरून महाराष्ट्राच्या जनतेला उद्देशून भाषणात यशवंतराव म्हणाले,

"तुमच्याशी बोलताना मला आज एका गोष्टीची तीव्रतेने आठवण होते. महाराष्ट्र राज्य स्थापनेच्या त्या चिरस्मरणीय प्रसंगी मी आपल्या प्रधानमंत्र्यांना असे जाहीर आश्वासन दिले होते की, महाराष्ट्राचे हे जे राज्य निर्माण झाले आहे ते मराठी जनतेच्या कल्याणाचे काम तर करीलच पण मराठी भाषिकांच्या जवळ जे देण्यासारखे आहे, त्यांच्या जीवनामध्ये जे चांगले आहे, जे उदात्त आहे, त्याचा जर श्रद्धापूर्वक उपयोग करावयाचा असेल, तर तो आम्ही भारतासाठी प्रथम करू. कारण आमचा पहिल्यापासून विश्वास आहे की, भारत राहिला तर महाराष्ट्र राहील. भारत मोठा झाला तर महाराष्ट्र मोठा होईल आणि **जर कधी भारताच्या हिमालयावर संकट आले, तर महाराष्ट्राचा सह्याद्री आपल्या काळ्या पत्थराची छाती हिमालयाच्या रक्षणाकरिता पुढे करील.**"

ज्या वेळी चव्हाणांनी हे म्हटले होते तेव्हा लवकरच आपणास

सह्याद्रीची ढाल करून दिल्लीला जावे लागेल हे त्यांच्या स्वप्नातही नव्हते.

यशवंतरावांना संरक्षणमंत्री पदासाठी आमंत्रण आले तेव्हा ते १४ नोव्हेंबर, १९६२ रोजी पुणे येथे शनिवारवाड्यासमोर झालेल्या जाहीर सभेत म्हणाले,

"सह्याद्री याचा अर्थ मी माझ्या मनाशी असा मानतो की, आमचे महाराष्ट्राचे जीवन म्हणजे सह्याद्री, जो कणखरपणाचे प्रतिक आहे. आमची संस्कृती म्हणजे काय, तर आमचा हा सह्याद्री जसा शतकानुशतके आलेल्या संकटांना, वाऱ्याला, पावसाला तोंड देत राकटपणाने उभा राहिला, तसे महाराष्ट्राचे जीवन शतकानुशतके कणखरपणे राहिले आहे. ज्यांचा तुम्ही भक्तिभावाने उल्लेख करता त्या कृष्णा, कोयना, गोदावरी, भीमा, इंद्रायणी या नद्यांना जन्म देणारा सह्याद्री आहे. तो कणखर, राकट जरी असला तरी त्याच्यामध्ये जीवनशक्ती देण्याचे सामर्थ्य आहे. त्याची ती परंपरा आहे. 'महाराष्ट्राचा सह्याद्री' असे जेव्हा मी म्हणतो तेव्हा त्या सह्याद्रीच्या पाठीमागे कुणी व्यक्ती आहे, असे नव्हे. सह्याद्रीस्वरूप महाराष्ट्र अशीच माझी भावना आहे. एक प्रकारचा अभिमानाचा भाव आहे. परंतु हा अभिमानाचा भाव– भारताचा प्रश्न निर्माण झाल्यानंतर समर्पण करण्याची त्याची भावना आहे आणि आज मी दिल्लीला जातो असे म्हणतो तेव्हा त्याच्या पाठीमागे हीच भावना आहे असे मी आपणाला सांगू इच्छितो.''

शेवटी १९ नोव्हेंबर, १९६२ रोजी महाराष्ट्रातील जनतेचा निरोप घेताना आकाशवाणीवरून केलेल्या भाषणात ते म्हणाले,

"शेवटी मी एवढेच सांगतो की, मी देशाच्या सेवेसाठी जात असताना माझ्याबरोबर सह्याद्रीचा निधडेपणा, कृष्णा-नर्मदेची खोली, वैनगंगेची विशालता, कोकणचा कष्टाळूपणा आणि पैठणची भाविकता घेऊन जात आहे. ज्या कळकळीने व तळमळीने मी आपली सेवा केली तेवढ्याच कळकळीने मी देशाची सेवा करीन असे मी आपल्याला आश्वासन देतो. मात्र आपल्या आशीर्वादाचा हिमालय माझ्या पाठीशी राहू द्या.

एवढे सांगून मी आपला निरोप घेतो. भारतीय सेनेचा विजय असो, भारतीय स्वातंत्र्याचा जयजयकार असो!''

हे सर्व यशवंतराव चव्हाण यांचे दिल्लीला प्रयाण करण्या अगोदरच्या मन:स्थितीचे दर्शन आज वाचकांना व्हावे यासाठी उद्धृत केले आहे. ज्या पार्श्वभूमीवर यशवंतराव चव्हाण दिल्लीत २० नोव्हेंबर, १९६२ रोजी दाखल झाले त्याचे आकलन असणे आवश्यक आहे.

भारत-चीन यांचे पारंपरिक संबंध हजारो वर्षे स्नेहाचे तसेच शांतीपूर्ण होते. या दोन महान देशांच्या सीमा भौगोलिक परिस्थितीने आखल्या आहेत, त्यामुळे भारत-चीन यांच्या ईशान्येकडील व अन्यत्र असलेल्या सीमा यांच्यामध्ये काही वाद नाही, असा भारताचा समज होता. परंतु जम्मू-काश्मीर राज्यांच्या पूर्वेस असलेले अक्साई चीन पठार हा चीनला तिबेटमार्गे आपल्या सिंकीयांग प्रदेशात जाण्यासाठी एकमेव मार्ग होता. त्यादृष्टीने अक्साई चीन प्रदेशाविषयी राजकीय पातळीवर कोणतीही चर्चा न करता संथ व गुप्तपणे चीनने त्या पठारावर अतिक्रमण सुरू केले होते. तो प्रदेश समुद्रसपाटीपासून सरासरी पाच हजार मीटर्स उंचीवर, तसेच निर्मनुष्य असल्यामुळे भारताचे पोलीस किंवा सैन्य यांना तिथे काय होत आहे याची माहिती बरीच वर्षे मिळाली नाही.

पुढे १९५७ साली चीनच्या अतिक्रमणाची माहिती मिळाली. परंतु चीनशी असलेले पारंपरिक, तसेच माओच्या चीनची निर्मितीमुळे होत असलेले भाईभाईसंबंध यासारख्या पार्श्वभूमीवर भारत सरकारने तो प्रश्न चर्चेस काढला नाही. तथापि चीनच्या गुपचूपपणे होत असलेल्या अतिक्रमणाला तोंड देण्यासाठी भारतीय पोलीस, तसेच सेना यांनी काही पावले उचलली. त्यामुळे काही स्थानिक क्षेत्रात चकमकी झाल्या व बरेच चिनी सैनिक अक्साई चीनच्या क्षेत्रामध्ये मारले गेले. त्यानंतर संसदेमध्येही बराच गदारोळ झाला. या पार्श्वभूमीवर पंतप्रधान पंडित नेहरू यांनी 'चिनी फौजांना भारताच्या सीमेबाहेर हाकलून देण्याचे आदेश देण्यात आले आहेत,' हे विधान १२ ऑक्टोबर, १९६२ रोजी केल्याचे प्रसिद्ध झाले.

भारताच्या कारवाईला उत्तर म्हणून चिनी सैन्याने अक्साई चीन विभागात तसेच देशाच्या ईशान्य टोकाला वसलेल्या नेफा (North-East

Frontier Agency) जो आज अरुणाचल प्रदेश म्हणून ओळखला जातो–त्या भागामध्ये लष्करी हालचाली सुरू केल्या. भूतान, भारत व चीन (तिबेट) या तीन देशांच्या सीमा जेथे मिळतात त्यांच्या पूर्वेकडे थाग-ला डोंगरमाथा आहे. त्याच्या पाठीमागे सैन्याची जमवाजमव करून चीनने थाग-लाच्या दक्षिणेकडील उतारावरसुद्धा सैन्य तैनात करण्यास सप्टेंबर १९६२मध्ये सुरुवात केली. ते कळल्यानंतर भारताचे त्या वेळचे संरक्षणमंत्री कृष्ण मेनन यांनी त्याला तोंड देण्यासाठी आसाम राज्यात ब्रह्मपुत्रेच्या उत्तर किनाऱ्यावर वसलेल्या तेजपूर येथे भारतीय सेनेच्या सेनाप्रभागाचे ४ कोअर (4 Corps) निर्माण केले व तेथून घाईगडबडीने हिमालयाच्या रांगा पार करून थाग-लाच्या दिशेने भारतीय सैन्याच्या तुकड्या पाठविल्या. भारतीय सेना नामकाचू या नदीच्या खोऱ्याच्या काठावर जमत असताना २० ऑक्टोबर, १९६२ रोजी चीनने त्यांच्यावर हल्ला चढविला आणि भारतीय सेनेच्या एका ब्रिगेडचा धुव्वा उडविला.

पुढील तीन आठवड्यांत चीनच्या सेना, सेला व बोमाईला ही पर्वतशिखरे पार करून तेजपूरच्या दिशेने आक्रमणासाठी पुढे आल्या. त्यांनी तेजपूरचा कब्जा घेतल्यास आसाम राज्य आणि पर्यायाने सर्व उत्तर-पूर्व प्रदेश चिनी सेनेच्या अधिपत्याखाली येण्याचा धोका निर्माण झाला. त्या परिस्थितीत भारताचे संरक्षणमंत्री कृष्ण मेनन यांची त्या पदावरून हकालपट्टी करा अशी मागणी संसदेत तसेच संसदेबाहेर झाली.

कृष्ण मेनन पंडित जवाहरलाल नेहरू यांचे स्वातंत्र्यपूर्व काळापासून विश्वासू मित्र व सल्लागार होते. त्यांनी १९५९पासून संरक्षणमंत्री पद सांभाळल्यानंतर ज्या मनमानी पद्धतीने कारभार चालविला त्यामुळे सैन्यदलात, तसेच राजकीय वर्तुळात त्यांच्याविषयी बरीच नाराजी होती. नामकाचू येथील पराभवानंतर काँग्रेस पक्षातील ज्येष्ठ नेत्यांनी पुढाकार घेऊन पंतप्रधानांनी कृष्ण मेननना संरक्षणमंत्री पदावरून काढून टाकावे म्हणून मागणी सुरू केली. पंडित नेहरू अशा राजकीय दबावाला कधीच बळी पडले नसत. परंतु नामकाचूनंतर कृष्ण मेनन यांचा मंत्रीमंडळातून राजीनामा अपरिहार्य झाला. त्यांचे जागी नेहरूंनी महाराष्ट्राचे मुख्यमंत्री यशवंतराव चव्हाण यांना १० नोव्हेंबर, १९६२ला आमंत्रित केले. ∎

संरक्षणमंत्रीपदाचा कार्यभार

२१ नोव्हेंबर, १९६२ रोजी सकाळी ९.०० वाजता राष्ट्रपती भवनात डॉ. सर्वपल्ली राधाकृष्णन् यांनी यशवंतराव चव्हाणांना शपथ दिली. याप्रसंगी पंतप्रधान व सर्व मंत्रीगण हजर होते. त्या काळात हल्लीप्रमाणे जाहीर समारंभ न करता राष्ट्रपती भवनातील एका लहान हॉलमध्ये शपथविधी समारंभ होत असे. भावी संरक्षणमंत्र्यांचा सचिव म्हणून मलाही आमंत्रण होते. पंडितजी व सर्व मंत्रीगण अत्यंत विषद-खिन्न मन:स्थितीत होते. आदल्या दिवशी भारतीय सैन्याची उत्तरपूर्व सीमेवर फार मोठ्या प्रमाणावर पीछेहाट झाली होती. तसेच अनपेक्षितपणे त्याच रात्री चीनने आपला हल्ला थांबविण्याचे व व्यापलेल्या प्रदेशातून सेना माघारी घेण्याचे जाहीर केले होते. या सर्व परिस्थितीत पुढे काय होणार याविषयी पंडितजी साशंक होते. चीन-भारत संबंधाविषयी १९४७ सालापासून त्यांनी जी धोरणे आखली होती, ती चुकीची होती असे जाहीर झाले होते.

त्या सकाळी पाहिलेले जवाहरलाल नेहरू व महाराष्ट्राचा जन्म होताना १ मे, १९६०च्या मध्यरात्री पाहिलेले नेहरू यामध्ये किती फरक आहे याची मला जाणीव झाली. त्या दोन वर्षांत– विशेषत: नोव्हेंबर पूर्वीच्या दोन महिन्यांत– पंडितजी खिन्न व शारीरिकदृष्ट्या जरा दुर्बल झालेले मला वाटले. या दोन महिन्यांत कित्येक वेळा त्यांना पाहण्याची संधी मला मिळाली होती. आजही तो दिवस आठवला म्हणजे असे वाटते की पंडितजींच्या आयुष्यातील त्या सकाळी आंतरराष्ट्रीय राजकारणात त्यांनी भारतासाठी आखलेले मूलभूत अलिप्त राष्ट्र (Non-Aligned) धोरण, तसेच भारत-चीन संबंधासाठी आखलेले पंचशील तत्त्व ही दोन्हीही जमीनदोस्त झाली आहेत असे त्यांना वाटणे साहजिक होते. त्या परिस्थितीत डॉ. सर्वपल्ली राधाकृष्णन् असे एक व्यक्तिमत्त्व होते की

ज्यांनी त्या गंभीर परिस्थितीतही हास्यविनोद करून, यशवंतराव चव्हाण संरक्षणमंत्री झाल्यामुळे आता तर संरक्षण दलाला योग्य व चांगला मंत्री मिळाला म्हणून, मंत्रीगणाच्या मानसिक स्थितीत व एकंदर वातावरणात शिथिलता आणण्याचा प्रयत्न केला.

शपथविधी होताच पंडितजी यशवंतरावांना घेऊन संरक्षण विभागाच्या कार्यालयात आले व औपचारिकरीत्या कार्यभाग त्यांच्यावर सोपवला. त्या क्षणी यशवंतराव संरक्षणमंत्र्याच्या खुर्चीवर अशा तऱ्हेने स्थानापन्न झाले, की जणू काय आपण याच कार्यासाठी व याच संधीसाठी तयार होतो.

त्या वेळी यशवंतरावांनी असेही ठरविले की पराभव व मानहानीच्या छायेतून देशाला जर वर काढावयाचे असेल तर नेफामधील पीछेहाटीमध्ये बसलेल्या मोठ्या धक्क्यातून सेनेला प्रथम बाहेर काढावे लागेल. त्यांचा ढळलेला आत्मविश्वास पुन्हा प्राप्त करावा लागेल आणि सैन्याची मुलकी नेतृत्वावर श्रद्धा पुन्हा प्रस्थापित करण्यासाठी ध्येयवादी हेतूपूर्ण नेतृत्व करावे लागेल. हे साध्य करण्यासाठी राजकीय पातळीवर संसदेमध्ये आपले स्थान भक्कमपणे प्रस्थापित करावे लागेल आणि सभासदांचा विश्वास संपादन करावा लागेल. त्याचबरोबर सैन्यदलाची पुनर्रचना, आधुनिकीकरण, आणि संरक्षण सेवादले आणि संरक्षण खात्यातील मुलकी कारभार यंत्रणा यांच्यामध्ये समन्वय व परस्पर संपर्काची सुयोग्य कार्यपद्धती, ही कामे तातडीने हाती घ्यावी लागतील हे त्यांच्या लक्षात आले. पुढील तीन वर्षे त्यांनी या कार्याला वाहून घेतले व त्याच्या पूर्ततेसाठी एकाग्रतेने लक्ष दिले.

मार्च १९६३मध्ये सेनेसाठी संरक्षण खात्याच्या मागण्यांविषयी लोकसभेत झालेल्या चर्चेस उत्तर देताना यशवंतरावांनी स्पष्ट केले, की देशाचे संरक्षण हा एक सैनिकी मामलाच आहे असे कधी नसते. सैनिकी, राजकीय आणि आर्थिक अशा संमिश्र तत्त्वप्रणालीविषयी एकत्रित विचार आणि योजना करणे आवश्यक असते.

त्या दृष्टीने धोरणे ठरविण्यासाठी यशवंतराव यांनी संरक्षणासाठी पंचवार्षिक योजना तयार केली व संसदेला विश्वासात घेऊन त्यास अनुमतीही मिळविली. या संकल्पित योजनेत त्यांनी मुख्यतः सेनादलाच्या दृष्टीने विस्तार, नवीन सहा माऊंटन डिव्हिजन्स (डोंगरी सेना विभाग) समाविष्ट केल्या. तसेच त्यांनी उंच डोंगराळ प्रदेशात लढण्याचे शिक्षण व

लढाईला उपयुक्त शस्त्रास्त्र सामग्री कशी उपलब्ध करावयाची व त्याची निर्मिती भारतात कशी करावयाची हेही ठरविले. तसेच परदेशी सहाय्य घेऊन भारताच्या हवाईदलाचा विस्तार, संरक्षण साहित्य उत्पादनाच्या सुविधा व त्यासाठी शस्त्रास्त्रे व दारूगोळा यांच्या निर्मितीसाठी सहा नव्या कारखान्यांची उभारणी व अनेक योजना समाविष्ट केल्या.

मंत्रीपदाच्या पहिल्या वर्षाच्या कालावधीत संरक्षणदलांच्या तीनही प्रमुखांबरोबर योग्य प्रकारचे संपर्क-संबंध बांधण्यात यशवंतरावांचे लक्ष राहिले. दुर्दैवाने त्या बाबतीत कृष्ण मेनन यांनी 'परस्पर अप्रीती वा तिरस्कार' अशा स्वरूपाचा वारसा मागे सोडला होता. जनरल चौधरींबाबत बोलायचे तर, आपला अधिकार अंमलात आणणे यशवंतरावांना सोपे गेले नव्हते. संरक्षण मंत्रालयामध्ये यशवंतराव जसजसा उत्तरोत्तर जम बसवीत गेले आणि संसदेशी त्यांचे सूर वाढत्या प्रमाणावर जुळत चालले, तेव्हाच चौधरींच्या लक्षात यायला लागले की आपणास भूसेनाप्रमुख म्हणून यश मिळवायचे असेल, तर मंत्रीमहोदयांबरोबर योग्य संबंध आपण कितपत स्थापन करू, त्याच्यावर ते अवलंबून राहील. पुढील दोन वर्षांत संरक्षणमंत्री व भूसेनाप्रमुख यांचेमध्ये परस्परविश्वास आणि समजूतदारपणाचे हे संबंध, पाकिस्तानशी संघर्ष उद्भवला तेव्हा निर्णायक ठरणार होते.

यशवंतरावांनी त्याच काळात अगदी पद्धतशीर पावले टाकून, संरक्षणदलांना सुयोग्य तयारी व पातळीपर्यंत आणून ठेवले आणि संरक्षण मंत्रालयाच्या मुलकी अधिकारांची पुनर्स्थापनाही घडवून आणली.

यशवंतरावांच्या स्वतःच्या बाबतीत सांगायचे तर उच्च पातळीवरील अनेक व्यक्ती, परदेशी तज्ज्ञ, राजकारणी व मुत्सद्दी, तसेच आंतरराष्ट्रीय ख्यातीच्या पत्रकार पाहुण्यांच्या भेटीगाठी घेऊन त्यांनी स्वतःची मानसिक व बौद्धिक क्षितिजे पुष्कळच विस्तारून टाकली. संरक्षणमंत्री होईपर्यंत ते परदेशात गेले नव्हते. परदेशाबाबतचे त्यांचे ज्ञान पुस्तकी माहितीवर आधारित होते. संरक्षणमंत्री झाल्यावर त्यांनी अमेरिका, रशिया आणि इंग्लंड या देशांचा दौरा केला व वरिष्ठ पातळीवर चर्चा केल्या. व्यक्ती आणि जगातील विविध घडामोडी याबाबतच्या त्यांच्या ज्ञानात पुष्कळच भर पडली. पंतप्रधानांचा विश्वास त्यांनी मिळवला होता आणि मंत्रिमंडळाच्या विविध समित्यांवर सभासद म्हणून काम करताना मंत्रिमंडळांतर्गत ते एक महत्त्वाचे सल्लागार बनत गेले. काँग्रेस पक्षामध्येदेखील प्रगतशील विचारांचे

आणि समाजवादी ध्येयधोरणांचे कट्टे पुरस्कर्ते असे तरुण पुढारी ते मानले जाऊ लागले. आवडी येथे झालेल्या काँग्रेस पक्षाच्या अधिवेशनामध्ये 'समाजवादी रचना' घोषित करण्याचा नव्या धोरणांचा शिल्पकारी ठराव त्यांनीच मांडला होता.

त्या कालखंडात म्हणजे १९६२-१९६५ या सालांदरम्यान राजकारणाच्या क्षेत्रात काही महत्त्वाचे बदल घडून आले. २७ मे, १९६४ रोजी पंडित नेहरू यांचे निधन झाले. त्यांच्या जागी लालबहादूर शास्त्री यांनी सूत्रे हाती घेतली. शास्त्रींच्या पाठीशी यशवंतराव खंबीरपणे उभे राहिले. पंतप्रधानपदाच्या स्पर्धेत न उतरण्यासाठी मोरारजीभाई यांचे मन त्यांनी वळवले. त्याअगोदर अडीच वर्षे दोघांनी (शास्त्री आणि चव्हाण यांनी) अगदी मिळून मिसळून मंत्रीमंडळात काम केलेले होते. तथापि, काम करण्याची शास्त्रीजींची पद्धत आपल्या कार्यपद्धतीहून अगदीच वेगळी आहे हे यशवंतरावांच्या निदर्शनास आले होते. खाजगी संभाषणामध्ये खुलेपणाने, मनमोकळ्या पद्धतीने बोलायचा त्यांचा खाक्या होता. ते प्रामाणिकपणे व प्रांजळ बोलत. ही वृत्ती विरोधी पक्षीय नेत्यांशीही बोलताना असे. त्यामुळे त्यांचा विश्वास व आदर चव्हाणांना प्राप्त झाला. शास्त्रीजी काहीसे हातचे राखून ठेवणारे असल्याचे त्यांना आढळले, आणि अर्थातच, विशेषत: राजकीय प्रश्नांबाबत, शास्त्रीजींचे म्हणणे त्यांनी पूर्णत: खरे मानलेले नसे. थोडक्यात, परस्परांमध्ये फारसा विश्वास नव्हता. मात्र एकमेकांबद्दल मोठा आदर होता. १९६५च्या सुरुवातीला या आणि अशा संबंधांचाही कस लागणार होता.

युद्धाचे वारे

१९६४ साल संपायच्या सुमाराला, लष्करी ताकद वापरून काश्मीर बळकावण्यासाठी भारताशी युद्ध करायच्या डावपेचांचा आराखडा पाकिस्तानने विचारपूर्वक तयार केला. त्यासाठी क्रमाक्रमाने चार टप्पे निश्चित केले होते :

- पाकिस्तानला सोयीच्या एखाद्या क्षेत्रात चाचपणी करायच्या हेतूने चकमकी घडवून आणणे.
- काश्मीरमध्ये गुपचूप पण फार मोठ्या संख्येने पाकिस्तानी सैन्याचे छुपे आक्रमण गनिमी पद्धतीने लढाईसाठी करायचे आणि जागतिक स्तरावर स्थानिक जनतेने केलेला उठाव अशी त्याची भलावण करणारा प्रचार करायचा.
- छांब विभागात मोठा हल्ला चढवून पाक सैन्याने अखनूरजवळचा पूल ताब्यात घ्यायचा आणि काश्मीरला रसद पोहोचवायचा भारताचा मार्ग तोडून टाकावयाचा.
- मोठ्या सेनेसह चिलखती दले घेऊन विद्युत गतीने चढाई करून अमृतसर व त्याभोवतीचा जास्तीतजास्त प्रदेश जिंकून व्यापायचा. या प्रदेशांचा उपयोग काश्मीर खोरे मिळवण्यासाठी, प्रदेशांची अदलाबदल करून तडजोड करायच्या वेळी करायचा.

चीनबरोबरच्या १९६२च्या लष्करी संघर्षात भारताचा मानहानीकारक पराभव झाला होता. त्यामुळे पाकिस्तानच्या लष्करी डावपेच आखणाऱ्या नियोजकांची खात्री पटली होती की, भारत आता अभेद्य राहिलेला नाही.

पाक योजनेतील पहिला टप्पा **ऑपरेशन डेझर्ट हॉक** (वाळवंटातील मुसंडी) या सांकेतिक नावाने पाकिस्तानने सुरू केला तो कच्छच्या

रणापाशी आक्रमण करून. हे रण म्हणजे ३५०० चौरस मैलांचा उजाड प्रदेश आहे. हा सर्व भाग भारतीय हद्दीतील आहे असे फाळणीच्या अगोदर तयार झालेल्या *गॅझेटीअर* व करारमदारांच्या आधारे भारत सरकार मानत आले. भारताच्या म्हणण्याप्रमाणे गुजरात व राजस्थान यांच्याबरोबरची पाकिस्तानची सरहद्द निश्चित झाली होती पण उत्तर गुजरात क्षेत्रात प्रत्यक्ष जमिनीवर सरहद्दीची आखणी झालेली नव्हती.

२० जानेवारी, १९६५ रोजी भारताच्या गस्त पोलीस पथकाला आढळले की, सीमापारच्या पाक हद्दीतील डिंग व सुराई या खेड्यांना जोडण्यासाठी सुमारे २५ किमी लांबीचा रस्ता भारतीय हद्दीतून काढला गेला आहे. सीमापारच्या पाक प्रदेशातील वालुकामय टेकाडांचा त्रास टाळायला पाकिस्तानची पोलीस पथके हा भारतीय हद्दीतील रस्ता वापरीत होते. त्यालाही काही काळ लोटून गेला असावा.

९ एप्रिल, १९६५ रोजी भारतीय हद्दीतील विगोकोट या छोट्या गावानजिक पाकिस्तानी सैनिकांच्या एका ब्रिगेडने हल्ला चढविला. त्यांच्या मदतीला तोफखाना, भारी उखळी तोफा आणि मध्यम पल्ल्याच्या मशीनगन्स होत्या. भारतीय हद्दीत १० किमीपर्यंत ते सैनिक घुसले तेव्हा तेथील भारतीय सैनिकांनी, सैन्याच्या हालचाली व रसद-पुरवठ्याच्या अडचणींमुळे, तसेच पावसाळा लवकरच प्रारंभ होण्याच्या आशंकेने माघार घेतली. २९ एप्रिल, १९६५ रोजी पाकिस्तानने एकाच वेळी सरदार पोस्ट, बीरबेट, विगोकोट व पॉईंट ८४ या चार ठिकाणच्या भारतीय ठाण्यांवरती हल्ला चढविला. तेथील चकमकी ३० एप्रिललाही चालू राहिल्या. त्या दिवशी पाकिस्तानच्या दारूगोळ्याच्या कोठाराला भारतीय तोफखान्याच्या भडिमारामुळे मोठी हानी पोहोचली आणि पाकिस्तानचा हा हल्ला विरून गेला.

पंतप्रधान लालबहादूर शास्त्री यांनी ही परिस्थिती खंबीरपणे हाताळली. कच्छचे रण हा प्रदेश विवादास्पद असल्याचे भारताला मुळीच मान्य नाही हे त्यांनी स्पष्ट केले. लोकसभेमध्ये २८ एप्रिल, १९६५ रोजी केलेल्या निवेदनात ते म्हणाले, ''चकमकी सुरू होण्यापूर्वीची 'जैसे थे' स्थिती निर्माण करण्यात आली तर कच्छच्या संबंधीचा प्रश्न शांततेने सोडवायला भारताची तयारी आहे. परंतु पाकिस्तानने जर समंजसपणा दाखविण्यास नकार दिला व आक्रमक कारवाया चालूच ठेवल्या तर भारताचे सैन्यदल आपल्या देशाचे संरक्षण करीलच. युद्धविषयक डावपेच व धोरण,

सैनिकबळ व साधनसामग्री आपल्या जास्तीतजास्त परिणामकारक दृष्टीने वापरावयास सैन्यास मुभा आहे.''

संघर्षला तोंड फुटल्याबरोबर लगेच ब्रिटनचे पंतप्रधान हॅरॉल्ड विल्सन यांनी युद्धबंदी अंमलात यावी म्हणून हालचाली सुरू केल्या. राष्ट्रकुल राष्ट्रांच्या प्रमुखांची परिषद लंडनमध्ये चालू होती. तिच्यामध्ये सुरू केलेल्या प्रयत्नांना विल्सन यांना यश मिळाले आणि २९ एप्रिल, १९६५ रोजी युद्धबंदी अंमलात आली. ३० जून रोजी एका सर्वसाधारण करारावर सह्या झाल्या. त्यानुसार विवाद्य क्षेत्रावर भारताचे पोलीस पातळीवरील नियंत्रण राहील असे ठरले. मात्र कंजारकोटनजिकचा मार्ग वापरायला पाकिस्तानच्या पोलिसांना मोकळीक देण्यात आली.

कच्छच्या रणात युद्धबंदी झाल्यानंतर, उत्तरेकडील ठाण्यांमध्ये सैनिकी तुकड्या पाठवायला भारतीय सेनादलाने सुरुवात केली. त्याचा हेतू पंजाब अगर जम्मू-काश्मीर प्रदेशात पाकिस्तानने काही साहसी आगळीक सुरू केली तर त्याला प्रतिबंध करता यावा असा होता. तथापि, गुप्तहेर खात्याकडून सदर विषयासंबंधी काही माहिती मिळालेली नसल्यामुळे, ही भारतीय सैनिकांची हालचाल मंदगतीने चालू ठेवली गेली. मार्च व एप्रिल १९६५मध्ये काश्मीर खोऱ्यात भारतविरोधी प्रचाराला उधाण आले होते. मे १९६५मध्ये शेख अब्दुल्ला यांना पुन्हा अटक करणे भारत सरकारला भाग पडले. त्यानंतर विरोध व चळवळी यांचा उद्रेक झाला.

पाकिस्तानमधील आक्रमक धोरणाचा पुरस्कार करणाऱ्यांना निश्चितपणे वाटू लागले, की जम्मू आणि काश्मीरमध्ये **ऑपरेशन जिब्राल्टर** या गनिमी युद्धास सुरुवात करणयास ही योग्य वेळ आहे. त्यासाठी पाकिस्तानने ८ ऑगस्ट हा निर्णायक दिवस (D-Day) ठरवला होता.

५ ऑगस्ट, १९६५ रोजी सकाळी गुलमर्ग विभागातील दारा कास्सी खेड्यात महमद दिन नावाचा गुजर तरुण गुरे चारण्यासाठी गेला असता, हिरव्या सलवार कमीज पेहरावांतील दोन सशस्त्र सैनिकांनी त्याला गाठले व भारतीय फौजेच्या तैनातीबद्दल माहिती पुरविण्यासाठी पैसे देऊ केले. महमद दिनने त्या दोन सैनिकांना काही माहिती दिली. ती दोन माणसे जाताच त्याने जवळ असलेल्या टानमर्ग (TanMarg) पोलीस ठाण्याला या घटनेबद्दल माहिती दिली. लगेच या भागाकडे गस्त घालण्यासाठी फौजेची तुकडी रवाना झाली. नंतर झालेल्या चकमकीमध्ये सात घुसखोर

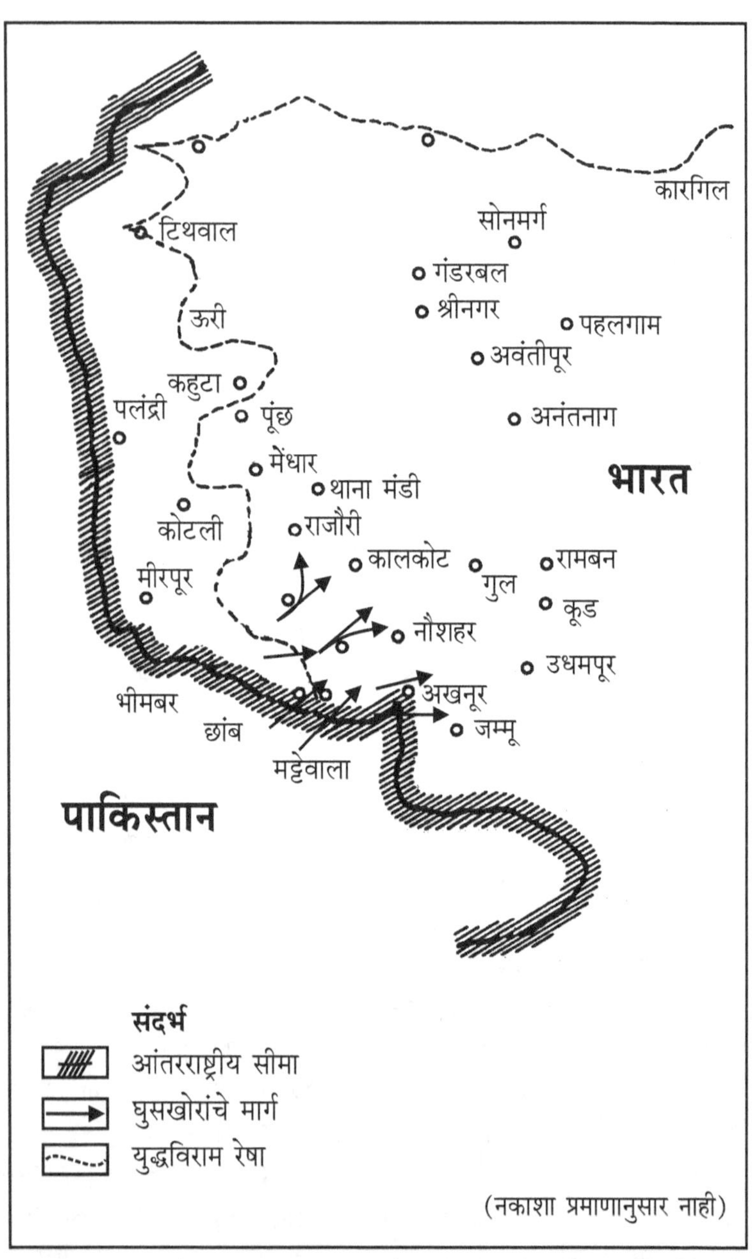

नकाशा : १ जम्मू आणि काश्मीर यामधील पाकिस्तानी घुसखोरांचे मार्ग

कामी आले. पोलिसांना हेही समजले की, युद्धविरामरेषेच्या पलीकडे असलेल्या निरनिराळ्या खोऱ्यांमध्ये शिरकाव करण्यासाठी कित्येक पाकिस्तानी फौजेच्या तुकड्या पाठविण्यात आल्या आहेत. पोलीस यंत्रणा सतर्क करण्यात आली.

८ ऑगस्ट रोजी राजौरीजवळ गस्त फेरीमध्ये दोन पाकिस्तानी अधिकाऱ्यांना ताब्यात घेण्यात आले. त्यांच्याकडे सापडलेल्या कागदपत्रांवरून आणि त्यांची कसून चौकशी केल्यावर असे उघडकीला आले की, या घुसखोरी कार्यक्षेत्राचे सांकेतिक नाव 'ऑपरेशन जिब्राल्टर' होते आणि हे घुसखोरी कार्य पाकिस्तान सेना आणि आझाद काश्मीर तुकडी यांच्या संयुक्त दलाने करावयाचे होते. १ ते ५ ऑगस्टच्या कालावधीत या हल्लेखोरांचा लहान लहान गटाने शिरकाव करण्याचा घुसखोरीचा डाव होता. हे सर्व निरनिराळे लहान गट त्यांनी निवडलेल्या ठिकाणी भेटण्याचे ठरले होते आणि ते खोऱ्यावर निरनिराळ्या दिशेने एकत्र येणार होते. ८ ऑगस्टला श्रीनगरात पीर दस्तगीर साहिबांच्या उत्सवाला येणाऱ्या हजारो लोकांच्या जमावामध्ये हल्लेखोर मिसळण्याची शक्यता होती. दुसरे दिवशी शेख अब्दुल्ला यांच्या अटकेला एक वर्ष पूर्ण होत असल्यामुळे त्याचा प्रथम वार्षिक दिन होता. या दिवशी जमावाबरोबर चालताना सशस्त्र हल्लेखोरांचा रेडिओ स्टेशन, विमानतळ आणि महत्त्वाची केंद्रे हस्तगत करण्याचा बेत होता. त्याच दरम्यान दरीच्या दक्षिण आणि ईशान्य दिशेने कूच करून श्रीनगर-जम्मू आणि श्रीनगर-कारगिल मार्गावरील रसद तोडून श्रीनगरला वेगळे करण्याचा शत्रू सेनेचा डाव होता.

त्याच सुमारास उरी-पूंछ भागात दिनांक ६ आणि ७ ऑगस्ट रोजी घुसखोरांच्या भारतीय गस्त घालणाऱ्या तुकडीबरोबर प्रखर चकमकी झाल्या. तसेच उरी-पूंछ फुगवट्यामार्गे (Poonch Bulge) भारतीय दळणवळणाच्या मार्गाची रसद तोडण्यासाठी फार मोठ्या प्रमाणावर आक्रमक हालचाली सुरू झाल्या. शत्रूने युद्धविराम रेषेच्या पलीकडे नव्या जोमाने प्रचंड प्रमाणात तोफगोळ्यांचा भडिमार करून हल्ले करण्याचे सुरू ठेवले; पण भारतीय फौजेने शीघ्र कारवाई करून ९ ऑगस्टचे घुसखोऱ्यांचे मनसुबे धुळीस मिळविले.

१९६५च्या मध्यापर्यंत युद्धविराम भंग होण्याच्या घटनांची संख्या १८००पर्यंत वाढली होती. १९६४ मधील त्याच कालावधीत ही संख्या

५२२ होती. दररोज सहा-सात घटनांचे प्रतिवृत्त येत असे. १९ आणि २५ या डिव्हिजन्सकडे सीमारेषेलगतची सर्व जबाबदारी सोपविली होती. १९ डिव्हिजनकडे सीमारेषेची, तसेच उत्तरेकडील उरी सेक्टरचे संरक्षण करण्याची आणि २५ डिव्हिजनकडे दक्षिणेकडील पूंछ सेक्टरचे संरक्षण करण्याची जबाबदारी सोपविली होती. त्या सेक्टरमध्ये हाजीपीर खिंड हा पाकव्याप्त काश्मीरकडून येणारा मुख्य प्रवेश मार्ग आणि घुसखोरीचा मार्ग होता. हा मार्ग भौगोलिकदृष्ट्या ओळखल्या जाणाऱ्या उरी-पूंछ फुगवटा (bulge) या परिसरात आहे.

हाजीपीर उंचवट्याच्या दोन्ही बाजूंना जोडणाऱ्या मुख्य प्रवेश मार्गावर हाजीपीर खिंड आहे आणि म्हणून पश्चिमेकडून दरीमध्ये सफल घुसखोरीसाठी पाकिस्तानला या मार्गाचे अनिवार्य महत्त्व आहे. पूंछपासून उत्तरेच्या दिशेने पर्वतांची रांग, राजा आणि राणी या नावाने ओळखल्या जाणाऱ्या प्रमुख भू-वैशिष्ट्यापर्यंत उंचावत गेली आहे. नंतर ही पर्वतांची रांग बेतार नाल्याजवळ आणि जुन्या रस्त्याकडे उतरत जाते आणि अलग होण्याची सुरुवात होण्यापूर्वी पूंछ ते पूरी बेतार नाल्याबरोबर कहुटापर्यंत उजव्या बाजूला राजा-राणीची ठळक वैशिष्ट्ये ठेवून पसरलेली आहे. तेथून हाजीपीर खिंडीपर्यंत चढण आहे आणि फुगवट्याच्या दुसऱ्या बाजूला उरीकडे उतरण आहे.

१ ऑगस्ट १९६५ रोजी भूसेनाप्रमुख जनरल चौधरी यांनी श्रीनगरला भेट दिली आणि पश्चिम भागाचे मुख्य सेनाधिकारी आणि १५ कोअरचे जीओसी (GOC) ले. ज. कटोच यांच्यासमवेत काश्मीरच्या सुरक्षा व्यवस्थेचा आणि युद्धबंदी रेषेच्या सुरक्षा व्यवस्थेचा आढावा घेतला. त्यात श्रीनगर खोऱ्यात येण्याची दोन मुख्य प्रवेशद्वारे– हाजीपूर आणि किशनगंगा– हे दोन्ही फुगवटे घेण्याचे ठरले. यासाठी भारतीय सैन्याने बंदी रेषेपलीकडे तडाखा द्यावा असे ठरले. हा तडाखा देण्याचे काम १५ कोअरच्या प्रभुत्वाखाली असलेल्या १९१ ब्रिगेडकडे देण्यात आले. तथापि, १५ ऑगस्टच्या पहाटे १९१ ब्रिगेडच्या भागात फार मोठी दुर्दैवी घटना घडली. शत्रूने दारूगोळ्याच्या कोठारावर गोळीबार केला आणि ब्रिगेडच्या मुख्य कार्यालयाचा काही भाग या स्फोटामध्ये उडाला. या घटनेमध्ये ब्रिगेड कमांडर बी. ए. मास्टर्स, तीन अधिकारी, चार जेसीओ (JCO) आणि चार इतर सैनिक ठार झाले आणि मोठ्या संख्येने जवान जखमी झाले.

या पार्श्वभूमीवर भूसेनाप्रमुख जनरल चौधरी १७ ऑगस्ट रोजी जम्मूला पोहोचले होते. त्यांनी १८ ऑगस्ट रोजी सैन्याला पूर्वयोजनेप्रमाणे लष्करी हालचाली करून हाजीपीर खिंड (उंची सुमारे २६०० मीटर्स) ताब्यात घेण्याचा औपचारिक हुकूम दिला. २१ ऑगस्ट रोजी संरक्षणमंत्र्यांच्या आदेशावरून कोअर जीओसीला (GOC) राजकीयदृष्ट्या आक्रमक हालचाली करणे किती महत्त्वाचे आहे, हे ठसविण्यासाठी जनरल चौधरी मुद्दाम जम्मूला परत आले.

पश्चिम विभागाचे सेनानी (Army Commander, Western Area)   ले. ज. हरबक्ष सिंह यांनी जेव्हा भूसेना सेनानींनी दिलेल्या आदेशाविषयी चौकशी केली तेव्हा त्यांच्या लक्षात आले की, कोअर जीओसी कटोच यांच्या परवानगीने २५ डिव्हिजनने हल्ला करण्याची कार्यकक्षा प्रखरपणे कमी केली होती. त्यावर ले. ज. हरबक्ष सिंह यांनी कोणत्याही परिस्थितीत हाजीपीर खिंड जिंकावी असे आग्रहाने आणि आत्मविश्वासपूर्वक सांगितले व मेजर रणजित सिंघ दयाळ या तरुण अधिकाऱ्याकडे (नंतर ते ले. जनरल झाले) हल्ला करण्याची सूत्रे देण्यात आली. २७ ऑगस्टच्या रात्री प्रचंड तुफानी पावसात मेजर दयाळ यांनी तुकडीचे नेतृत्व करून मोठे खडक आणि धावत्या पाण्याने भरलेले नाले पार केले. २८ ऑगस्टला सकाळी १० वाजता त्यांनी हाजीपीर खिंड जिंकून घेतली. त्या शौर्याबद्दल त्यांना आणि ब्रिगेड कमांडर झेड. सी. बक्षी यांना महावीर चक्रांनी सन्मानित केले गेले.

ऑगस्ट १९६५मध्ये भारतीय सैनिकांच्या यशस्वी प्रतिहल्ल्याच्या मोहिमेमुळे आणि त्याच वेळी लष्कराच्या आक्रमक हालचालींमुळे हाजीपीर फुगवटा मोहोर बंद झाल्यानंतर, पाकिस्तान त्यांना अनुकूल ठिकाणी जोराचा हल्ला करण्याची शक्यता होती.

पाकिस्तानी हल्ला

भूप्रदेश आणि भौगोलिक वैशिष्ट्ये

जम्मू-काश्मीर प्रांतात छांबचा दक्षिणेकडील बहुतांशी भाग सोडला तर युद्धविराम रेषा (Cease Fire Line) पर्वतमय भागात आहे. ही रेषा सर्वसाधारणपणे जम्मू भागामध्ये उत्तर-दक्षिण अशी धावते व जम्मू आणि पाकिस्तान यामध्ये असलेल्या आंतरराष्ट्रीय सीमेला ती छांबच्या पश्चिम भागात मिळते.

भारताच्या बाजूला जम्मू आणि काश्मीरला जोडणारा दळणवळणाचा एकच मार्ग आहे. त्या वेळी सर्वांत जवळील रेल्वे मार्गाची सुरुवात पठाणकोटपासून होत असे आणि बनिहाल खिंडीद्वारे श्रीनगरला खुष्कीचा मार्ग होता. भारतीय सेनेला ह्या एका मार्गावर अवलंबून राहणे अपरिहार्य होते. हिवाळ्यात हा मार्ग बर्फाच्छादित असतो. पठाणकोटला मुख्य रेल्वे मार्ग, विमानतळ आणि परिसरातील लष्करी डेपो होता, त्यामुळे रावी आणि बिआस या नद्यांच्यामध्ये वसलेल्या पठाणकोटला सैन्याचे मोठ्या प्रशासकीय तळाचे स्वरूप प्राप्त झाले होते. पठाणकोट-जम्मू रस्ता पाकिस्तान सीमेला समांतर आणि विशेषत: छांब भागात अरक्षित असा आहे. त्यामुळे पाकिस्तान पठाणकोट-जम्मू मार्गावरील रसद तोडू शकत होता किंवा जम्मूची कोंडी करू शकत होता. अशा परिस्थितीत भारतीय सेनेची हालचाल करणे, तळ ठोकणे, पुरवठा करणे इत्यादी बाबतीत सर्वस्वी मुस्कटदाबी होऊ शकत होती. पाकिस्तानी सैन्याच्या कोणत्याही लष्करी हालचालीचे प्रथम लक्ष्य चिनाब नदीवरील अखनूर पूल हे ठरलेले होते. जम्मूला जोडणारा हा पूल छांब, नौशहर, राजौरी आणि पूंछकडे जाणाऱ्या मध्यम रणगाड्यांना किंवा जड वाहनांसाठी अनुकूल नव्हता.

पाकिस्तानहून अखनूरला जाण्यासाठी सर्वांत जवळचा रस्ता छांबमार्गे होता. पाकिस्तानी सैन्य त्यांच्या सियालकोट आणि खारियन या लष्करी

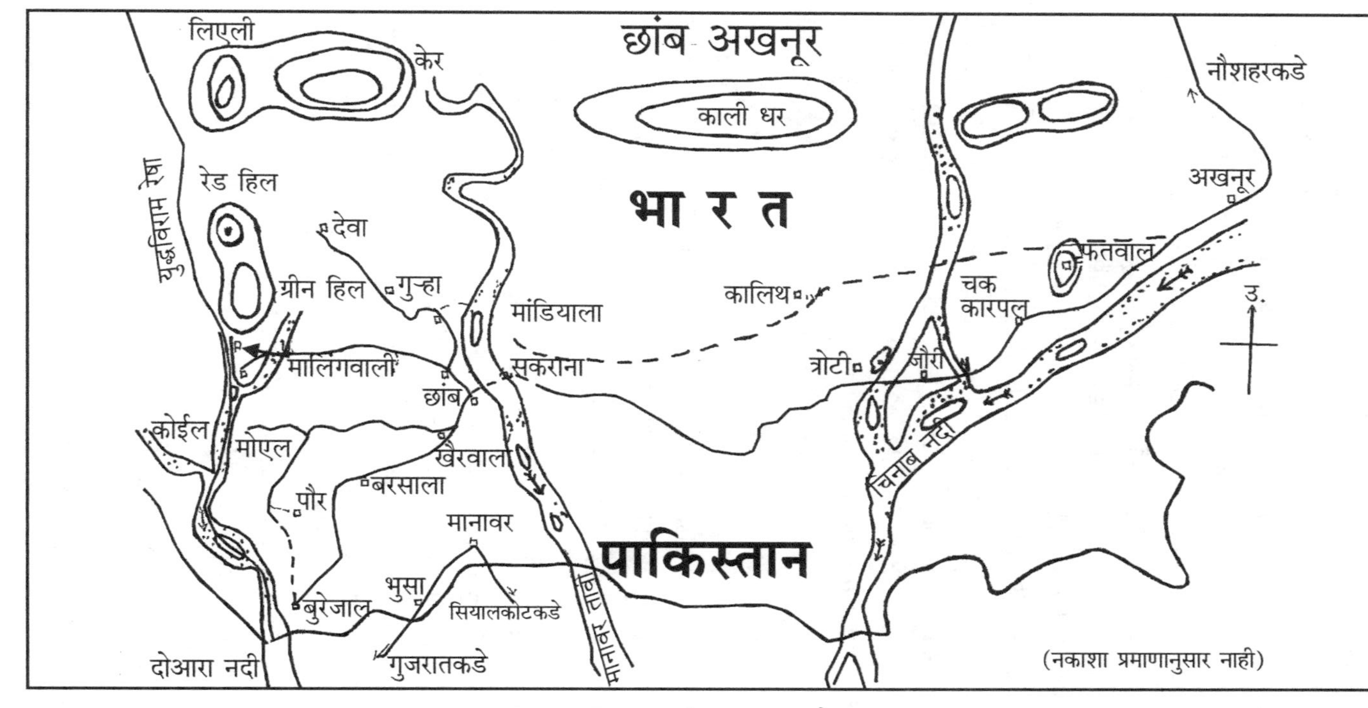

नकाशा २ : छांब-अखनूर सेक्टर

छावणीपासून छांब-अखनूर भागात हल्ला करण्यासाठी अगदी योग्य अशा ठिकाणी होते. जम्मू आणि काश्मीरमधील फक्त हेच असे सपाट क्षेत्र होते, की ज्या ठिकाणापासून पाकिस्तानला मोठ्या प्रमाणात रणगाड्यांचा आणि जड तोफांचा भडिमार करून झटकन वर्चस्व मिळविणे शक्य होते. उलटपक्षी, अखनूर पुलावरून मध्यम रणगाड्यांचीदेखील वाहतूक करणे शक्य नसल्याकारणाने भारताच्या दृष्टीने हा मोठा अडथळाच होता. शिवाय, भारतीय प्रदेशात छांब त्या मार्गाच्या शेवटच्या टोकाला होते. म्हणून पाकिस्तानला त्यांच्या नजिकच्या छावणीपासून जम्मूमध्ये लष्करी तुकड्यांची हालचाल करणे शक्य होते, तर छांब भारतीय सेनेच्या छावणीपासून दूर असल्यामुळे लढाईच्या सर्व लवाजम्यासह लष्करी हालचाली, तसेच अखनूर पुलाच्या मर्यादित उपयोगामुळे जड वाहने, तोफखाना आणि चिलखती दलांची वाहतूक करणे भारतीय सेनेस सहजासहजी शक्य नव्हते.

सैनिकी डावपेचाच्या दृष्टीने दुसरे महत्त्वाचे क्षेत्र कारगिल होते. कारगिल शहर भारतीय सेनेच्या हातात होते. परंतु कारगिल, श्रीनगर-लेह मार्गावरून– उंचावरून– लक्ष ठेवता येईल, असा उंचवट्याचा भाग पाकिस्तानने व्यापला होता.

भारतीय सेनानीचे परिस्थितीचे मूल्यमापन

१९६५ साली ले. ज. हरबक्ष सिंह हे पश्चिम विभागाचे जनरल ऑफिसर कमांडर होते. या विभागामध्ये लडाख, जम्मू आणि काश्मीर, पंजाब, राजस्थान आणि गुजरात यांचा समावेश होता. या सेनाधिकाऱ्याकडे युद्धप्रसंग उद्भवला तर मुख्य तीन जबाबदाऱ्या होत्या.

- जम्मू आणि काश्मीरमध्ये पाकिस्तानी घुसखोरांना अतिकडक शिक्षा देऊन त्यांना जेरीस आणण्याचे उपाय योजणे. तसेच दळणवळण मार्गाच्या सुरक्षिततेबद्दल तजवीज करणे.

- पंजाब-राजस्थानमधील होणाऱ्या घडामोडींच्या घटनास्थळापासून आंतरराष्ट्रीय सीमेच्या सुरक्षिततेची काळजी घेणे आणि या सीमेमधून घुसणाऱ्या शत्रू सैन्याचा नायनाट करणे.

- जम्मू-काश्मीरमधील दळणवळणाचा मार्ग खुला राहण्यासाठी आणि शक्य असेल त्या मार्गाचा अवलंब करून पाकिस्तानच्या युद्धसामग्रीचा बीमोड करण्यासाठी, आंतरराष्ट्रीय सीमेच्या पलीकडे मर्यादित आक्रमक

लष्करी हालचाली करणे व त्यासाठी पाकिस्तानी भूप्रदेश ताब्यात घेणे.

पश्चिम विभागाच्या अधिपत्याखाली ३ कोअर (Corps) सैनिक विभागांचा समावेश होता. श्रीनगर येथे असलेल्या १५ कोअरकडे खोऱ्याच्या सुरक्षिततेची, लडाखचे संरक्षण करण्याची, तसेच जम्मू-काश्मीर सीमा आणि युद्धविराम रेषेच्या पलीकडे पाकिस्तानने आगळीक केल्यास त्याचा बंदोबस्त करण्याची जबाबदारी होती. तसेच भारतीय भूप्रदेशामधून घुसखोरांना हुसकून लावण्याचे आणि युद्धविराम रेषेच्या पलीकडे असणाऱ्या त्यांच्या तळावर हल्ले करण्याचे काम या कोअरकडे होते. १५ कोअरचे सेनापतीपद ले. ज. कटोच यांच्याकडे होते.

भारतीय सेनापतींचा कयास होता की, पाकिस्तानी सेनेची जोरदार मुसंडी छांब भागातच होईल. अखनूरला असलेल्या सैन्याची फळी कापून त्याला डिव्हिजनपासून वेगळे करणे व युद्धक्षेत्रातील गमावलेला भाग परत मिळवून समतोलपणा साधता येणे शत्रूला शक्य होते. त्या अनुमानानुसार ३१ ऑगस्ट, १९६५ला ले. ज. हरबक्ष सिंह यांनी ले. ज. कटोच यांना सांकेतिक संदेश पाठवला. त्यानुसार पाकिस्तानी सैन्याची नियमित मुसंडी रोखून ठेवण्यासाठी, तसेच छांबचे संरक्षण करण्यासाठी मनवर-तावी नदीपलीकडे मंडलियाला पुलाच्या अग्रभागी किमान दोन बटालियन सैनिक तैनात करण्याचा विचार ले. ज. कटोच यांनी करायचा होता.

त्याच दिवशी दुपारी भूसेनाप्रमुख जनरल चौधरी, ब्रिगेडियर नरेंद्र सिंघ (डायरेक्टर ऑफ मिलिटरी ऑपरेशन्स) व १५ कोअरचे सेनापती जनरल कटोच यांच्याबरोबर चर्चा व निर्णय घेण्यासाठी श्रीनगरला विमानाने आले. ले. ज. हरबक्ष सिंह दुसऱ्या दिवशी चर्चेत सहभागी होणार होते. ३१ ऑगस्टच्या चर्चेमधून असा निष्कर्ष निघाला की, शत्रू छांब भागात हल्ला करण्याऐवजी जामदार-नौशहर या परिसरात घुसखोरी प्रखर करण्याची शक्यता जास्त आहे. परिणामी, १५ कोअरच्या नियुक्त कार्याचे पुनर्वलोकन करण्यात आले.

पाकिस्तानी हल्ला

१ सप्टेंबरच्या पहाटे ३.३० वाजता संपूर्ण छांब प्रदेश शक्तिमान तोफखान्याच्या भडिमाराखाली आला. पाकिस्तानने **'ऑपरेशन ग्रँड स्लॉम'**

(Operation Grand Slam) लष्करी कारवायांना सुरुवात केली होती. भारतीय सेनेचे मुख्य कार्यालय चक्रावून गेले.

पाकिस्तानच्या १२ पायदळ तुकडीने (12 Infantry Division) तिन्ही बाजूंनी हा हल्ला केला होता. रात्रीपर्यंत या भागामध्ये ब्रिगेडियर मनमोहनसिंग यांच्या नियंत्रणाखाली असलेली एकुलती एक सुमारे तीन हजार सैनिकांची ब्रिगेड पेचात सापडली होती. उधमपूर येथे प्रस्थापित १५ कोअरच्या थेट अधिपत्याखाली या ब्रिगेडच्या लष्करी हालचाली होत असत.

पाकिस्तानच्या नियमित सेनेने अक्कलहुशारीने छांब क्षेत्रात हल्ला करण्यासाठी या मोक्याच्या ठिकाणाची निवड केली होती कारण हा भूप्रदेश सपाट होता. त्याच्या पश्चिमेला एका बाजूला विस्तृत व दुसऱ्या बाजूला निमुळता होत जाणारा उंच-सखल पर्वतमय भूप्रदेश आणि पूर्वेला चिनाब नदी होती. त्यामुळे पाकिस्तानला चिलखती दलाला चढाई करणे आणि जड तोफांचा भडिमार करणे सुलभ झाले होते. याउलट, संयुक्त राष्ट्राने लादलेल्या निर्बंधामुळे आणि अखनूरजवळ चिनाब नदीवर असलेल्या कमकुवत पुलामुळे भारतीय चिलखती दलाला आणि तोफखान्याला या भागात शिरकाव करणे शक्य नव्हते. अखनूर पुलाकडे जाणारा सर्वांत जवळचा मार्ग राजौरी-पूंछ होता. पण या अरुंद मार्गाने सैनिकी हालचाली करण्यास अनेक अडचणी होत्या. त्याच वेळी अखनूरपासून जम्मूच्या रोखाने पाकिस्तानला लष्करी हालचाली करणे आणि श्रीनगर खोऱ्याकडे जाणाऱ्या एकुलत्या एक दळणवळण मार्गाची नाकेबंदी करणे सहज शक्य होते.

पाकिस्तानने हल्ला करण्यासाठी योजलेला भूप्रदेश सियालकोट आणि जम्मू यांच्यामधून जाणारी आंतरराष्ट्रीय सीमारेषा आणि युद्धविराम रेषा जेथे मिळतात त्या भागात होता. त्यामुळे आंतरराष्ट्रीय सीमा न ओलांडता पाकिस्तानच्या चिलखती दलाला, ज्या ठिकाणी भूप्रदेश सुलभ रीतीने ओलांडता येईल त्या ठिकाणी ओलांडून, युद्धविराम रेषेचा भंग करणे सहज शक्य होते. युद्धविराम करारामुळे भारताला या भागात फक्त जुजबी सैन्य ठेवण्याची मुभा होती. या परिस्थितीचा भरपूर उपयोग करून घेऊन चिलखती दल आणि तोफखान्यातील श्रेष्ठत्व सिद्ध करण्याचा पाकिस्तानचा डाव होता. त्या दृष्टीने १ सप्टेंबर रोजी छांबवरील हल्ला हा चकित करणारा होता.

रोजनिशी (भाग १)*

संरक्षणमंत्र्यांची भारत-पाक युद्धविषयक रोजनिशी

खंड १
पाकिस्तानी हल्ला व वरचढ

बुधवार : सप्टेंबर १, १९६५

चव्हाणांची नोंद

सकाळी झालेल्या बैठकीत जनरल कुमारमंगलम् म्हणाले की, प्रतिहल्ला करायचा झाला, तर पाकिस्तानला अजून कमीतकमी १६ दिवस (अवधी) लागतील.

सकाळी ११ वाजता रुग्णालयाला भेट दिली... पण तिथे '२६ हॉस्पिटल'मध्ये पोहोचताक्षणीच पी. व्ही. आर. राव (संरक्षण मंत्रालयाचे सचिव) यांचा फोन मिळाला की, रणगाडा दलाच्या मदतीने पाकिस्तानने छांब भागात हल्ला चढविला आहे.

माझ्या कचेरीत १ वा. परतलो. दुपारी भूसेनाप्रमुख (दौऱ्यावरून) परत येतील तेव्हा युद्धस्थिती माहितीकेंद्रात (ऑपरेशन्स रूम) अधिक माहिती दिली जाण्यासाठी वेळ निश्चित ठरवून घेतली.

दुपारी ४ वा. ४५ मि. भूसेनाप्रमुख व हवाईसेनाप्रमुख यांच्यात काही मिनिटे चर्चा झाली आणि ते दोघे माझ्याकडे आले. त्यांना 'छांब भागात रणगाड्यांच्या विरोधात हवाईदलाचा वापर करण्याचा' हुकूम हवा होता.

मंत्रीमंडळाच्या आणीबाणी उपसमितीशी (इमर्जन्सी कमिटी ऑफ् दि कॅबिनेट) सल्लामसलत करण्याइतका वेळ नव्हता. वेळ हा अतिमहत्त्वाचा घटक होता. त्यांच्याकडूनच मिळालेल्या सल्ल्यावरून निर्णय घेतला आणि त्यांना त्याप्रमाणे (हवाईसेनेचा वापर) करण्याचा हुकूम दिला.

सायं. ६ वा. ३० मि. मंत्रीमंडळ आणीबाणी समिती बैठक : संयुक्त राष्ट्रसंघाचे महासचिव यू थांट यांनी राष्ट्रसंघाच्या सुरक्षामंडळास सादर

केलेला अहवाल आपले विदेश मंत्रालय सचिव सी. एस्. झा यांनी वाचून दाखविला. मंत्रीमंडळ समितीला मी माहिती दिली की, हवाई सेनेचा वापर सुरू केला आहे. पंतप्रधानांना माहिती दिली की, पंजाबमधील मुख्य सेनाधिकाऱ्याला मी तसा संदेश (सिग्नल) दिला आहे.

सायंकाळी हवाई हल्ल्याचा तपशील व त्यांचा परिणाम यांची माहिती देण्यास हवाईसेनाप्रमुख आले. आपली चार व्हॅम्पायर विमाने बेपत्ता आहेत.

भूसेनाप्रमुख जनरल जे. एन्. चौधरी हजर नसले तर त्यांचे मदतनीस ॲडज्युटन्ट जनरल, ले. ज. पी. कुमारमंगलम् हे संरक्षणमंत्र्यांबरोबरच्या सकाळच्या बैठकीला हजर असत. पाकव्याप्त भागात हाजीपूर व किशनगंज टेकड्यांच्या फुगीर क्षेत्रामध्ये भारताने अनपेक्षित हल्ले केले ते यशस्वी झाले होते. त्यानंतर पाकिस्तानकडून प्रतिहल्ल्याची साहजिकच अपेक्षा होती.

ले. ज. कुमारमंगलम् यांचे मते पाकिस्तानला तसा हल्ला करण्यासाठी (पूर्वतयारी) म्हणून किमान १६ दिवसांचा अवधी लागणार होता. सेनादलाच्या गुप्तहेर खात्याची माहिती व सैनिकी आकलन किती सदोष होते, हे स्पष्ट आहे कारण पाकिस्तानने छांब भागात अगोदरच हल्ला सुरू केला होता.

मंडालिया-छांब भागात पाकिस्तानने आक्रमक हल्ला सुरू करताना त्याला काश्मीरमधील युद्धबंदी रेषा आणि त्याच्या जोडीला पंजाबलगतची आंतरराष्ट्रीय सीमादेखील ओलांडावी लागली. भारतीय सीमेच्या आत, ३२ किलोमीटर्सवर असणाऱ्या, अखनूर गावाच्या दिशेने पाकिस्तानच्या रणगाडा दलाची एक तुकडी पुढे घुसली. त्यांचे उद्दिष्ट अगदीच उघड होते; चिनाब नदीवरील पूल उद्ध्वस्त करायचा आणि पठाणकोटकडून जम्मू व काश्मीर खोऱ्याकडे जाणाऱ्या एकमेव रस्त्याचा दुवा निखळून टाकायचा.

दुपारी ४.३० वाजता जनरल चौधरी दिल्लीत पालम विमानतळावर परतले आणि थेट संरक्षणमंत्र्यांच्या कचेरीत पोहोचले. तिथे बैठक सुरू होती. तिथे पोहोचताच त्यांनी हवाईसेनाप्रमुख एअर चीफ मार्शल अर्जन सिंह यांच्याशी घाईघाईने काही सल्लामसलत केली. त्यानंतर भूसेनाप्रमुख

व हवाईदलप्रमुखांनी संरक्षणमंत्र्यांना विनंती केली की, छांब भागातील पाकिस्तानच्या हल्ल्याला थोपविण्यासाठी हवाईदलाचा वापर करण्यास परवानगी द्यावी. तसेच युद्धबंदी रेषा ओलांडून पुढे प्रतिहल्ले करण्यासाठी ठिकठिकाणच्या भारतीय तुकड्यांना लष्करी 'संदेश' (सिग्नल्स) पाठविण्याची परवानगीही मागितली.

सैन्याच्या कारवाया

हवाईदलाचा वापर करण्यासाठी चव्हाणांनी आपली संमती ४ वा. ५० मिनिटांनी दिली. ५.१९ मिनिटांनी व्हॅम्पायर्स (Vampires) व मिस्टिअर्स (Mysteres) या लढाऊ (Fighter) विमानांनी पठाणकोटवरून कूच केले आणि पाकिस्तानच्या एफ-८६ सेबर जेट विमानांशी जोरदार लढत दिली. भारतीय विमानांच्या पाक विमानांशी झालेल्या धुमश्चक्रीत भारताची चार व्हॅम्पायर्स विमाने पडली.

१ सप्टेंबरच्या पहाटे छांब भागात पाकिस्तान्यांनी अचानक जो हल्ला चढविला त्याचा उद्देश आपले चिलखती दल व तोफखाना यांचा धडाकेबाज उपयोग करून जम्मू भागातून भारतात मुसंडी मारणे हा होता. त्यानुसार जोरदार भडिमार केल्यानंतर पाकिस्तानच्या रणगाडा दलाच्या तुकड्या पुढे सरकू लागल्या. भारताच्या रणगाडा दलाने त्यांना अडविले पण त्यांच्या मुसंडीपुढे भारताच्या रणगाड्यांचे मोठेच नुकसान झाले. दुपारपर्यंत परिस्थितीने गंभीर वळण घेतले. या हल्ल्यात भारतीय सैन्याची एकमेव ब्रिगेड नंबर १९१ ब्रिगेडिअर मनमोहनसिंह यांचे नेतृत्वाखाली व उधमपूर येथील सेनेच्या १५ कोअरच्या अधिपत्याखाली होती.

सायंकाळी ५.३० वाजण्याचे सुमारास पठाणकोटकडून भारतीय हवाईदलाने छांब भागात झेप घेतली. त्या वेळी युद्धमैदानावर परिस्थिती फार गोंधळाची होती. दोन्ही बाजूंचे रणगाडे व सैनिकी तुकड्या धुमश्चक्रीत एकमेकांना अगदी भिडलेल्या दिसत होत्या. अशा परिस्थितीत घाईगर्दीने केलेल्या हवाई हल्ल्यामध्ये भारताचे रणगाडे व चिलखती वाहने यांच्यावरही सर्रास बॉंब पडले व त्यांच्यापैकी कित्येक नष्ट झाले. तसेच भारताची तोफगोळे व रणगाड्यांचा दारूगोळा नेणारी वाहनेही आपल्या विमान हल्ल्यात सापडून उद्ध्वस्त झाली. तथापि, वायुसेनेने हल्ला करण्याचा निर्णय त्वरेने घेऊन जलद कृती केल्यामुळे जमिनीवर भारतीय सेनेवरील दडपण कमी झाले व त्यांना दिलासा मिळाला. त्यापेक्षा महत्त्वाचे म्हणजे

एका महाअरिष्टापासून राष्ट्राचा बचाव झाला.

सायंकाळी अंधार पडू लागण्याच्या सुमारास, पाकिस्तानने मंडलिया व छांब यांच्यामध्ये घुसून पाचर ठोकली होती आणि तावी नदीच्या पश्चिम किनाऱ्यापर्यंत ते पोचले होते. त्यांच्या काही तुकड्या रात्रीच्या अंधारात नदी ओलांडून अलीकडे आल्या. भारतीय सैन्याच्या तुकड्यांनी अखनूरच्या दिशेने माघारी सरकत संरक्षण फळीची पुनर्बांधणी करायला सुरुवात केली.

भारताच्या सेनादलांना, त्याचप्रमाणे (काश्मीर) खोऱ्याच्या सुरक्षिततेला पाकिस्तानच्या आकस्मिक हल्ल्यामुळे आता गंभीर स्वरूपाचे आव्हान होते.

गुरुवार, सप्टेंबर २, १९६५

चव्हाणांची नोंद

सकाळच्या बैठकीमध्ये हवाई हल्ल्याबद्दल आणखी तपशील मला मिळाला. त्यायोगे संघर्षाची परिस्थिती तीव्र झाली आहे यात शंका नाही. पण त्याच वेळी लढाईला निश्चित दिशाही मिळाली आहे. कदाचित छांब क्षेत्रात ही परिस्थिती तात्पुरती असू शकेल.

श्री. जी. एल्. सेठ (संरक्षण उत्पादन खात्याचे चिटणीस) यांनी मॉस्कोमध्ये नौसेनेच्या साधनसामग्रीबद्दल करायच्या करारांबद्दल वाटाघाटीत चांगली कामगिरी केली. मॉस्कोहून ते परत आले आहेत.

विरोधी पक्षाबरोबर बैठक घेऊन, त्यांना अगदी ताज्या घटनांबद्दल अहवाल दिला. सर्वांनी या बैठकीत सहकार्याच्या भावनेने भाग घेतला.

लोकसभेमध्ये निवेदन केले. त्याचे चांगले स्वागत झाले. परिस्थितीचे 'लष्करीदृष्ट्या अजून उलगडत जाणारी स्थिती' अशा प्रकारचे वर्णन करून मी महत्त्वाच्या गंभीर घटनांवर भर दिला.

मंत्रिमंडळाच्या आणीबाणी समितीच्या बैठकीत सुरक्षा मंडळाच्या सभासदांना यू थांट यांनी दिलेल्या अहवालावर चर्चा झाली.

लष्करीदृष्ट्या आपणास लाभदायक स्थिती ठेवण्यावरती मी भर दिला. इंग्लंडने मांडलेले प्रस्ताव भारतास जाळ्यात सापडण्यासाठी मांडलेले

दिसतात. पंतप्रधान खंबीर आहेत असे वाटले. हाच आवेश ते कायम ठेवतील, अशी मी आशा करतो.

भूसेनाप्रमुख त्यांच्या मनावर कोणते दडपण आहे हे सांगण्यासाठी आले. ते काहीसे विषण्ण व निराश वाटले.

२ सप्टेंबर रोजी भारतीय सेनेच्या तुकड्यांना पाकिस्तानकडून मोठा हल्ला अपेक्षित होता. पण तो झाला नाही. त्यामुळे सर्वांना मोठे आश्चर्य वाटले. नंतर समजून आले की, त्या रात्री पाकिस्तानने आपल्या सैन्याचे सेनापती बदलले. तोपर्यंत सेनापती असणाऱ्या मे. ज. अख्तर हुसेन मलिक यांना मे. ज. आगा महमद याह्याखान (हे पुढे पाकिस्तानचे राष्ट्रपती झाले) यांचेकडे सूत्रे देण्यास सांगितले गेले. त्यामुळे भारतीय सेनादलाच्या तुकड्यांना थोडी उसंत मिळाली. तसेच पुन्हा संघटित होण्याला व आपल्या युद्धमोर्चाची बळकटी करायला वेळ मिळाला. ३ सप्टेंबरच्या दुपारपर्यंत तावीच्या पूर्व किनाऱ्यावरील आपली आगेकूच पाकिस्तानी सेनेने चालू केली नव्हती.

चव्हाणांच्या नोंदीवरून दिसते की, भारतीय हवाईदलाच्या हल्ल्यामुळे संघर्ष व लढाईला एक निश्चित परिणामकारक स्वरूप प्राप्त झाले होते. विशेष म्हणजे हवाईदलाचा उपयोग केल्यामुळे अखनूर पुलाच्या दिशेने पुढे सरकण्याचा प्रयत्न पाकिस्तानने जर चालूच ठेवला तर भारत या संघर्षाचा विस्तार करायला मागेपुढे पाहणार नाही, हेही स्पष्ट झाले.

पाकिस्तानने केलेला आकस्मिक हल्ला आणि पंतप्रधानांचा स्पष्ट इशारा की, पाक हल्ल्याला तोंड दिले जाईल आणि काळजीचे कारण नाही, या बातम्यांनी २ सप्टेंबर, १९६५ची सकाळची दैनिके मुख्यत्वे भरून गेली होती.

त्या दिवशी सकाळी चव्हाण यांनी एका निवेदनात लोकसभेत सांगितले की, पाकिस्तानने चिलखती दलांचा मोठा हल्ला चढविल्यामुळे संघर्ष अल्पावधीत व्यापक स्वरूपाचा बनला आहे. संरक्षणसंबंधी सर्वंकष विचार करणे आपणाला भाग झाले आहे. कोणत्याही परिस्थितीला तोंड देऊ शकण्याची आपल्या सैन्यदलांना खात्री आहे.

१ सप्टेंबरची रात्र येता येता, लढाईच्या धुमश्चक्रीत आपल्या व्हॅम्पायर विमानांनी भारतीय चिलखती दलांचे नुकसान केले आणि पाकिस्तानी चिलखती दलाच्या दबावामुळे भारतीय सेनेच्या तुकड्या अखनूरच्या

दिशेने माघार घेत आहेत, या आलेल्या वार्तांमुळे मोठी चिंता पसरली. जनरल चौधरी काहीसे 'खिन्न दिसल्याचे' चव्हाणांना आढळले होते.

शुक्रवार सप्टेंबर ३, १९६५

चव्हाणांची नोंद

दिवसाचा प्रारंभ भारताच्या हवाईदलाने दिलेल्या एका चांगल्या भेटीने झाला. हवाईदलाचे प्रमुख सकाळीच माझ्या निवासस्थानी आले व त्यांनी छांब क्षेत्रात पाकिस्तानचे एक एफ्-८६ विमान सकाळी झालेल्या चकमकीत भारतीय हवाई दलाने पाडले, अशी बातमी दिली.

भूसेनाप्रमुख सायंकाळी आले. त्यांची मन:स्थिती चांगली दिसली. काल आपण काहीसे निराश होतो त्याबद्दल आपणास वाईट वाटते, असे ते म्हणाले. मला हे समजू शकते. त्यांनी मन मोकळे करायला हवेच, कुठेतरी मनातील सर्व काही ओतले पाहिजे (आणि) माझ्यापाशी ते हे करीत आहेत, ही चांगली गोष्ट आहे.

मंत्रीमंडळ आणीबाणी समिती बैठक रात्री ९ वाजता. यू थांट यांच्या प्रस्तावाला काही अटींवर स्वीकृती द्यावी, अशी सूचना विदेश मंत्रालयाने केली.

माझ्या मते, आताच असे काही मान्य करणे, हे अप्रस्तुत ठरेल. त्यामुळे जनतेच्या, तसेच सेना व हवाईदलांच्या नीतीधैर्यवर परिणाम होईल. पंतप्रधानांनी आत्मसन्मानाचे (Self Respect) सूत्र मांडले.

भारतीय हवाईदलाने (देशाला) दिलेली भेट असे ज्याचे वर्णन चव्हाणांनी केले त्याचा संदर्भ छांब रणक्षेत्रामध्ये झालेल्या हातघाईच्या हवाई संघर्षाशी होता. भारतीय बनावटीच्या नॅट (Gnat) लढाऊ विमानांनी पाकिस्तानच्या अमेरिकन बनावटीच्या एफ्-८६ सेबर जेट विमानाचा पाठलाग करून ते पाडले होते. सर्व राष्ट्रांत त्यामुळे विद्युतभारित चैतन्य आले आणि हवाईदलाचे नीतीधैर्यही फार प्रचंड प्रमाणात वाढले.

त्या दिवशी, संरक्षणमंत्र्यांनी भूसेना व हवाईदल यांच्या प्रमुखांसमवेत पंतप्रधानांबरोबर प्रदीर्घ चर्चा केली. या चर्चेत देशाची युद्धातील उद्दिष्ट्ये

खालीलप्रमाणे निश्चित करण्यात आली :

(१) बळाने काश्मीर बळकविण्याच्या पाकिस्तानच्या प्रयत्नांपासून स्वसंरक्षण करणे आणि भारतापासून काश्मीर हिसकावून घेणे पाकिस्तानला कधीच साध्य होऊ देणार नाही, हे निर्विवादपणे स्पष्ट करणे.

(२) पाकिस्तानच्या सेनादलांची आक्रमणाची शक्ती नष्ट करणे.

(३) ही उद्दिष्ट्ये साध्य करण्यासाठी पाकिस्तानचा आवश्यक तितका प्रदेश व्यापणे आणि युद्धाचा समाधानकारक निर्णय झाल्यावर तो सोडून देणे.

ज्यांना 'युद्धाची प्रमुख दिशादर्शक उद्दिष्ट्ये' (Higher Directions of War) म्हणता येईल, तशांमध्ये या बाबींचा समावेश होतो आणि सरकारने निश्चित केलेल्या 'उद्देश व ध्येय'पूर्तीच्या या चौकटीमध्ये भूसेना व वायुसेना यांना आपल्या आक्रमक प्रहार शक्तींचा वापर करणे सुलभ राहील.

या राजनैतिक कृतींबद्दल खल चालू असताना चव्हाणांचे मन मात्र युद्धभूमीवरील लढाईवर होते. तेथील परिस्थिती उत्साहकारक नव्हती.

सैन्याच्या कारवाया
१, २ आणि ३ या दिवशी

पहिल्या दिवशी भारतीय सेनादलांची अपेक्षा असावी की, बहुधा पाकिस्तानचे सैन्य थेट उत्तर दिशेने छांबकडे हल्ला चढवील. प्रत्यक्षात भारताच्या सैनिकी ठाण्यांपासून फार लांबचा वळसा घालून पाकिस्तानची सेनादले छांबच्या पूर्व बाजूने आली आणि छांबचा कब्जा घेतला. युद्धबंदी रेषेच्या पूर्वेकडे आठ किलोमीटर्सपर्यंत– मनवर-तावी नदीपर्यंत– आणि आंतरराष्ट्रीय सीमेपासून छांब खेड्यापर्यंत नऊ किलोमीटर्स उत्तरेस, असा अंदाजे ५५ चौरस किमी प्रदेश पाकिस्तानी सेनादलाने व्यापला.

२ सप्टेंबरच्या चकमकींमधील अल्प विश्रामानंतर पाकिस्तानी सेना चिनाब नदीच्या पश्चिमेस असणाऱ्या जौरिअन (Jaurian) वर हल्ला चढवील, हे उघड झाले होते. चिनाबच्या पात्राच्या बाजूबाजूंनी आणि टेकड्यांच्या पायथ्यापर्यंत हे चिंचोळे आकाराचे क्षेत्र आहे. छांबकडून अखनूरकडे जायचे दोन्ही प्रमुख मार्ग अडवायला, नजरेखाली राखून संरक्षण ठाणे ठेवायला तेथील उंच टेकडीमाथ्यांचा पट्टा असलेला भूप्रदेश

उपयोगी होता.

अपेक्षेप्रमाणेच, ३ सप्टेंबरला तावी नदीच्या पूर्वेकडील सपाट प्रदेशांच्या बाजूवर पाकिस्तानचे रणगाडे पुढे सरकायला लागले. तेथे असणारी भारताची चिलखतीदले चिनाब नदीच्या उजव्या किनाऱ्याच्या बाजूला अगोदरच मागे घेतली गेली होती.

भारताच्या तोफखान्याच्या दोन ठिकाणांवर पाकिस्तानच्या तोफांचा मारा अचूक बसून ती उद्ध्वस्त झाली आणि तोफांच्या दारूगोळ्यांचे स्फोट सुरू झाले. त्यातून झालेल्या गोंधळामुळे भारतीय गोलंदाजांनी तोफांची ठाणी सोडून दिली. पाकिस्तानने आपल्या चढाईचा जोर केला आणि तेथे जागेवर असणाऱ्या भारतीय सेनाधिकाऱ्यांनी रात्र पडल्यावर जौरिअनकडे माघार घेण्याचा विचार सुरू केला. १५ कोअरचे प्रमुख ले. ज. कटोच यांनी सरसेनापतींकडे जौरिअन भागात पाकिस्तानशी लढत असणारी ४१वी माऊंटन ब्रिगेड माघारी घेता यावी यासाठी परवानगी मागितली. ३ सप्टेंबरच्या रात्री ले. ज. हरबक्ष सिंहना जेव्हा ही गोष्ट कळली, तेव्हा आपण स्वत: अखनूर येथील लष्करी चकमकींची पुन:तपासणी केल्याशिवाय तशी परवानगी दिली जाणार नाही, हे त्यांनी कळविले.

तशी तपासणी केल्यावर, ले. ज. हरबक्ष सिंह यांनी 'मागे सोडलेल्या तोफा परत ताब्यात घ्याव्यात आणि सप्टेंबर ४ व ५च्या मधल्या रात्री माघार घ्यावी असे हुकूम दिले. त्याच समयी ४१ ब्रिगेडचे प्रमुख ब्रिगेडिअर एम्. जी. राजवाडे होते. त्यांनी कळविले, 'आपल्या आघाडीवर असणाऱ्या कंपन्यांवर हल्ला करण्याची तयारी पाकिस्तानी करीत असून, तो अडविण्याबद्दल आपणास खात्री वाटत नसल्याने माघार घ्यावी असे मला वाटते'. त्यावर ले. ज. हरबक्ष सिंह यांनी, जर तुमच्या आघाडीची संरक्षक फळी पाकिस्तान्यांनी यशस्वीपणे भेदली तर प्रतिहल्ला चढविण्याची तयारी ठेवण्याचा हुकूम दिला. त्याप्रमाणे अपेक्षित हल्ला झाला, प्रतिहल्ला केला गेला आणि दुपारी १२च्या सुमारास परिस्थिती आटोक्यात आली.

या दरम्यान हरबक्ष सिंहना समजले की, तोफखान्याच्या १६१ आर्टिलरी रेजिमेंटच्या आघाडीवर तैनात असलेल्या सर्व सैनिक अधिकाऱ्यांनी आपली ठाणी सोडून दिली व ते पळून गेले होते. आपल्या तोफा, दारूगोळा आणि वाहनेही त्यांनी जाग्यावरच टाकून दिली होती. ही रेजिमेंट विभागीय सेनाधिकारी मे. ज. चोप्रा यांच्या अधिपत्याखाली

होती. त्यांना तसेच प्रभागीय (कोअर) सेनाधिकारी ले. ज. कटोच यांना जम्मू विमानतळावर ले. ज. हरबक्ष सिंह भेटले. मे. ज. चोप्रा यांना त्यांनी हुकूम दिला की, शक्य तेवढे मनुष्यबळ जमा करावे आणि सोडून दिलेल्या तोफा, दारूगोळा, वाहने यांपैकी जितके जास्तीत जास्त साहित्य परत मिळविता येईल तितके मिळवावे. ते केल्यानंतरच त्या रात्री ४१व्या माऊंटन ब्रिगेडला माघार घेण्याला ते परवानगी देऊ शकतील.

दुसऱ्या दिवशी सकाळी, सप्टेंबर ५ला ले. ज. हरबक्ष सिंहना कळविले गेले की, सर्व साहित्य व दारूगोळा परत मिळवून ४१ ब्रिगेड सुरक्षित माघारी परतली आहे. तथापि, जेव्हा त्यांना कळले की तोफा मागेच सोडून दिल्या होत्या तेव्हा त्यांचा संताप अनावर झाला. या हुकूमभंगाबद्दल तात्काळ कोर्ट ऑफ इन्क्वायरी (Court of Enquiry) नेमण्याची आज्ञा त्यांनी प्रभागीय सेनाधिकाऱ्यांना केली. त्या चौकशीनंतर मे. ज. चोप्रा यांच्याकडून त्या सेनाविभागाची सूत्रे काढून घेण्यात आली.

शनिवार, सप्टेंबर ४, १९६५

चक्वाणांची नोंद

मंत्रीमंडळ आणीबाणी समितीच्या (Emergency Committee of the Cabinet– ECC) दोनदा बैठकी झाल्या. दु. १ वा. आणि दु. ४.४५ वाजता. यू थांट यांना पाठवायचे उत्तर ठरविण्यात आले. पंतप्रधानांनी घेतलेल्या तर्कनिष्ठ खंबीर भूमिकेला आमच्यापैकी परराष्ट्रमंत्री स्वर्णसिंहांचा अपवाद वगळता सर्वांनी पाठिंबा दिला. दोन वेळा हवाई हल्ले करण्यात आले. त्यातील दुपारच्या हल्ल्यामध्ये काही फळ मिळाले. दोन पाक विमाने पाडण्यात आली. छांब क्षेत्रातील युद्धक्षेत्रात काही गडबड आहे. सुरुवातीसच कोणाची तरी घोडचूक घडलेली आहे, असे मला वाटते. आज जौरिअनसुद्धा सोडून द्यावे लागणार. अखनूर पुलानजिक होणारी खरी लढाई दृढ निर्धाराने लढावी लागणार आहे, नाहीतर सेनादलाप्रमाणेच सरकारवरही अरिष्ट कोसळणार आहे. ते टाळण्यासाठी सर्व शर्थीचे प्रयत्न करावे लागतील. मी उद्या त्यांवर माझे लक्ष केंद्रित करण्याच्या विचारात आहे.

रात्री ८ वाजून १० मिनिटांनी भूसेनाप्रमुख भेटायला आले. काल रात्री व आज छांब क्षेत्रात घडलेल्या घटनांचा संक्षिप्त अहवाल त्यांनी सांगितला. ते निराश वाटत होते. उद्याच्या पुढील कृतीबद्दलच्या योजनांविषयी त्यांचेबरोबर चर्चा केली.

उद्या आम्ही जे पाऊल उचलणार आहोत, त्यामुळे मला वाटते की, सर्व परिस्थितीचा तोंडवळाच बदलून जाईल. त्यात जर आम्हाला यश मिळाले नाही तर त्या उद्भवणाऱ्या परिस्थितीची कल्पनाही मनात आणू इच्छित नाही. राष्ट्राला अपयशास सामोरे जावे लागेल, हे निश्चित.

४ सप्टेंबरच्या सकाळी ११.३० ते १.००च्या सुमारास पाकिस्तानी सेनादलाने नव्याने नेमल्या गेलेल्या मे. ज. (नंतर फील्ड मार्शल झालेले) याह्याखान यांच्या नेतृत्वाखाली जौरिअनवरती उत्तर दिशेकडून निकराचा हल्ला चढविला. त्यात तोफखान्याची एक रेजिमेंट, दोन पायदळ बटॅलियन आणि त्यांना मदत म्हणून मध्यम पल्ल्याच्या व अवजड तोफांचा समावेश होता. भारताच्या आघाडीवर असलेल्या ठाण्यांचा कब्जा त्यांनी सहज घेतला. या दरम्यान फतेवाल डोंगरमाथ्यापाशीही पाकिस्तानच्या बाजूने एक अधिक मोठे आव्हान खडे केले जात होते. अशा मोठ्या विषम रणक्षेत्रावरील परिस्थितीत आपली बहुतेक संरक्षण पथके शौर्याने लढली. त्याला एकच अशोभनीय कलंक लागला तो १६१ आर्टिलरी रेजिमेंटने आपल्या तोफा सोडून देऊन पळ काढला, त्याचा निर्देश अगोदर केला आहे.

चक्वाणांच्या नोंदीनुसार, पुढील हालचालींवर त्यांचे मन गुंतले होते आणि त्यात अपयश आल्यास होणाऱ्या संभाव्य परिणामांवर ते विचार करीत होते. रणक्षेत्रावर माघार घ्यावी लागत असल्यामुळे जनरल चौधरी हेही खिन्न झाले होते.

पाकिस्तानच्या सैनिकी कारवायांना यश मिळत गेल्यामुळे अखनूर जिंकण्यासाठी एक जोरदार मुसंडी मारण्याच्या त्यांच्या निश्चयाला बळकटी मिळाली. त्या दिवशी मे. ज. याह्याखान यांना पाकिस्तानचे सरसेनापती जनरल मुसा यांनी हा संदेश पाठविला. **"त्याच्या नरड्यामध्ये तुझे दात जोरात रुतवले आहेस. आणखी खोल-खोलवर तो नाशपावेतो ते रुतवत राहा. इन्शाल्ला, तू त्याला नष्ट करशीलच."**

परिस्थिती फार निराशजनक होत होती. अखनूर जर गमवावे लागले तर मोठेच संकट कोसळणार हे निश्चित होते. अशा परिस्थितीत काय करावे याविषयी एक रणनीती रचली होती. कच्छच्या रणातील घडलेल्या लष्करी कारवाईनंतर ठरविली होती ती कृतीयोजना अंमलात आणण्याचे चव्हाणांनी निश्चित केले. त्याचे नाव होते **ऑपरेशन रिडल.**

खंड २

प्रतिहल्ला – ऑपरेशन रिडल

२० एप्रिल, १९६५ रोजी संसदेपुढे पंतप्रधान लालबहादूर शास्त्रींनी घोषणा केली होती, "समजूतदारपणा बाजूला ठेवून आपल्या आक्रमक कारवाया पाकिस्तानने चालूच ठेवल्या तर आमची सेना देशाचे संरक्षण करीलच; पण त्याच्या जोडीला आपली स्वत:ची रणनीती आणि मनुष्यबळ व साधनसामग्री यांचा अधिकात अधिक चांगल्या प्रकाराने कसा वापर करावा, हेही ठरवील व तसे करण्याचे स्वातंत्र्य त्यांना राहील."

तद्नंतर, संरक्षणमंत्र्यांच्या संमतीने जनरल चौधरी यांनी ऑपरेशन रिडल या सांकेतिक नावाने एक योजना तयार केली होती. त्यामध्ये लष्करीदृष्ट्या मोक्याच्या असणाऱ्या आणि भारताच्या आंतरराष्ट्रीय सीमेपलीकडे असणाऱ्या पाकिस्तानातील स्थानांचा व संभाव्य हल्ल्यांचा विचार केलेला होता.

लाहोर आणि अमृतसर ही दोन मोठी शहरे बडी दुआब म्हटल्या जाणाऱ्या प्रदेशात आहेत. दक्षिणेला सतलज नदी, उत्तरेला रावी आणि पश्चिमेला बियास या नद्यांच्या मधल्या प्रदेशामध्ये ही शहरे वसली आहेत.

लाहोर हे पाकिस्तानमधले दुसऱ्या क्रमांकाचे सर्वांत मोठे शहर आहे. भारताच्या फाळणीपूर्वीच्या संयुक्त पंजाबची राजधानी असणारे व पाकिस्तानच्या इतर कोणत्याही शहरापेक्षा अधिक ऐतिहासिक महत्त्व असणारे हे शहर पाकिस्तानच्या पंजाब विभागामधील रस्त्यांच्या व रेल्वे मार्गांच्या जाळ्याचा केंद्रबिंदू आहे.

चिनाब नदीवर रस्ते व रेल्वे मार्गांसाठी असणाऱ्या पुलाजवळ लाहोरचे भौगोलिक स्थान असल्याने त्याला अधिक लष्करी महत्त्व येते. बडी दुआब प्रदेशात लाहोर, अमृतसर, कसूर, सुलतान ही नामवंत शहरे

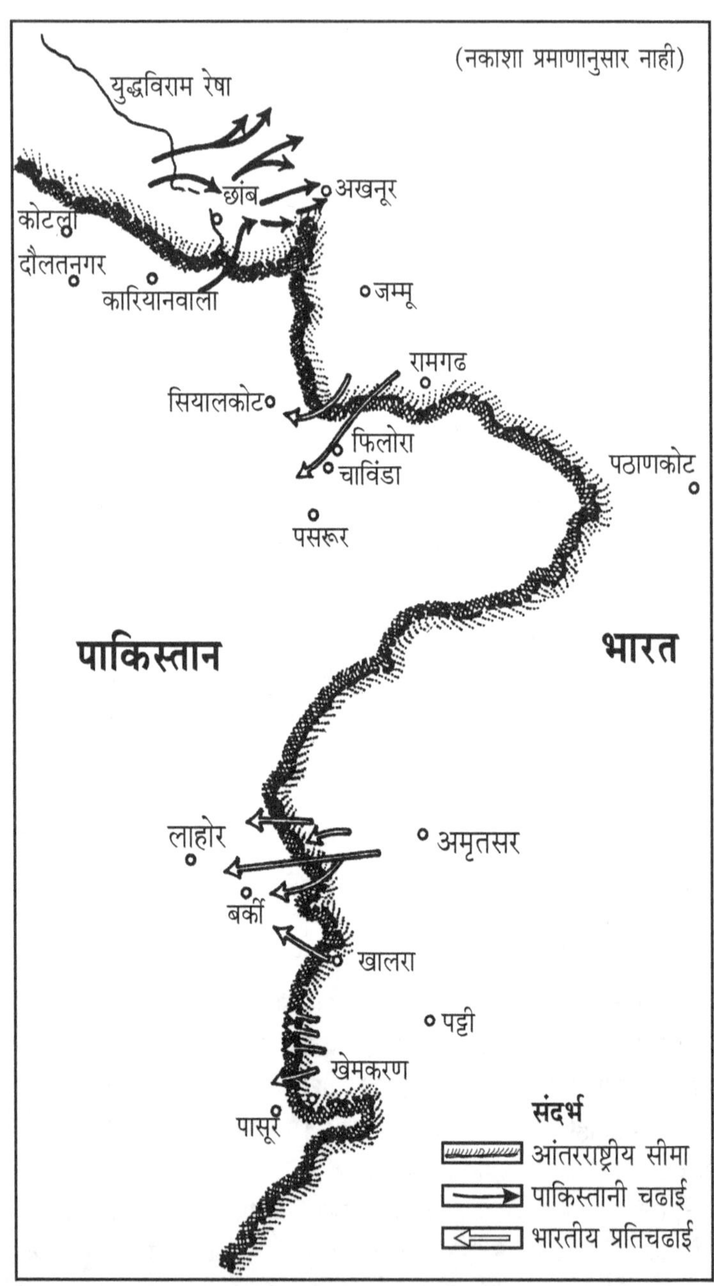

नकाशा ३ : छांब सेक्टरमध्ये पाकिस्तानची चढाई आणि भारताची प्रतिचढाई

आहेत. या दुआबमध्ये डेराबाबा नानक हा रेल्वे-रस्ते मार्गांचा रावी नदीवरील पूल, तसेच बियास आणि हुसेनीवाला येथील रेल्वे-रस्ता मार्गांचे पूल आहेत. म्हणजे भारत व पाकिस्तान यांचे लष्करी मोक्याचे प्रदेश बडी दुआब भागात आहेत. त्यात लाहोर व अमृतसर फारच मोक्याची स्थाने. आंतरराष्ट्रीय सीमेपासून लाहोर फक्त ३० किलोमीटर्स दूर, तर अमृतसर २५ किलोमीटर्स दूर आहे.

जर दोन्ही देशांत संघर्ष उद्भवला तर भौगोलिकदृष्ट्या पाकिस्तानला अनेक प्रकारच्या लष्करी अडचणी येण्याजोगा आणि भारताला धोरणदृष्ट्या फायद्याचे ठरण्याजोगा असा हा प्रदेश आहे. पश्चिम बाजूला पाकिस्तानला माघार घेण्याइतपत पुरेसा प्रदेश नाही आणि त्यामुळे भारतीय हवाईदलाच्या टप्प्याच्या बाहेर कोणतेच महत्त्वाचे क्षेत्र राहू शकणार नव्हते. पाकिस्तानला एक फायदा मात्र होता. त्याची लष्करी ठाणी सीमेला लागून अगदी जवळच होती.

उत्तर दिशेला राशना दुआब क्षेत्रामध्ये, जम्मू आणि सियालकोट ही महत्त्वाची शहरे आहेत. त्या दोघांमधील अंतर अंदाजे १५ किलोमीटर्स आहे आणि फाळणीच्या अगोदर रस्ता व रेल्वे मार्गानेही ही शहरे जोडलेली होती. फाळणीनंतर सीमेच्या दोन्ही बाजूला हा रेल्वे मार्ग निकामी करून ठेवला गेला.

भारत व पाकिस्तान यांच्या सीमेला समांतर असलेल्या त्यांच्या लाहोर भागात सीमेपासून काही किलोमीटर्स अंतरावर रावी व सतलज या नद्यांना जोडणारा इच्चोगिल कालवा पाकिस्तानने बांधला होता. त्याचप्रमाणे चिनाब आणि रावीला जोडणारा मासर्ला-रावी जोड कालवा (MRLC) त्यांनी बांधला होता. तथापि, सियालकोट व पसरूर ही दोन महत्त्वाची शहरे या जोड कालव्याच्या दुसऱ्या बाजूला असंरक्षित राहतात.

इच्चोगिल कालवा हा भारताला तसा एक मोठा अडथळा होता. आपल्या स्वतःच्याच प्रदेशामध्ये पाकिस्तान्यांना तो ओलांडणे जमत असे. पण लाहोरच्या दिशेने चढाई करू इच्छिणाऱ्या भारतीय सेनादलांना पाकिस्तानी सैन्याच्या विरोधाला तोंड देत तो पार करावा लागणार होता.

कालव्याच्या नैसर्गिक स्थानामुळे त्याचा वापर एक बळकट संरक्षण फळी म्हणून आपल्या बाजूने कालव्याचा किनारा गाठल्यावर, दोन्हींपैकी कोणत्याही पक्षाला होऊ शकणार होता.

भारतीय डावपेच

लाहोर आणि अमृतसर ही जुळी शहरे ग्रँड ट्रंक रोडवर वसली आहेत व आंतरराष्ट्रीय सीमा रेषा जवळपास दोन्हींच्या मध्यावरून जाते. ती रावी नदीच्या काठावरून माधोपूर ते रानिअनपर्यंत जाते. भारत व जम्मू आणि काश्मीरचे राज्य यांना रस्त्याने जोडणारा फक्त एक माधोपूर येथील पूल होता आणि त्याच्या दोन्ही टोकांच्या बाजूने भारत आणि पाकिस्तान नागरिकांचा परवृत्त प्रदेश (enclave) होता. (परवृत्त प्रदेश (enclave) म्हणजे एखादा देश किंवा शहर यातील असा भाग जेथे विशिष्ट गटाचे लोक राहतात.)

१९६५च्या युद्धापर्यंत भारताचे सैनिकी धोरण बचावात्मक आणि प्रतिक्रियात्मक अशा स्वरूपाचे होते. परिणामत: आंतरराष्ट्रीय सीमेवर ठेवलेली सेनादले संरक्षणात्मक स्वरूपाची होती. त्याच प्रकारे इच्चोगिल कालव्याच्या लाहोरशी सलग प्रदेशात पाकिस्तानी सेना कालव्याच्या संरक्षणासाठी सज्ज होती. भारताचा कयास होता की, कालव्याच्या पूर्वेकडील भागामध्ये संरक्षणात्मक स्वरूपाच्या मोठ्या लढाईची त्यांची तयारी नाही.

ऑपरेशन रिडल : लष्करी डावपेच

भारतीय सेनादल 'प्रतिटोला' देण्यासाठी आपणाला हवे ते ठिकाण व वेळ निवडेल, हा इशारा भारताच्या पंतप्रधानांनी पाकिस्तानला दिलेला होता. त्या अनुषंगाने ऑपरेशन रिडल मोहिमेच्या आखणीवर शेवटचा हात जनरल चौधरींनी फिरविला होता. या मोहिमेचा उद्देश इच्चोगिल कालव्याच्या पूर्व किनाऱ्यावर ताबा मिळविणे हा होता. जनरल चौधरी यांचा कयास होता की, लाहोरच्या समोरच इच्चोगिल कालव्याच्या अलीकडे भारतीय लष्कर खडे आहे. या घटनेचा परिणाम म्हणून सियालकोट आणि इतर क्षेत्रातील पाकिस्तानी सेनादले तिकडे धावतील आणि इतर आघाड्यांवरील पाकिस्तानची आक्रमण क्षमता घटेल. तसेच कालवा ओलांडण्यासाठी भारताने मार्ग सिद्ध केला तर पाकिस्तानला त्याच जागी लढा देणे भाग पडेल आणि तुलनेने लहान असणाऱ्या त्यांच्या सेनादलांची दमछाक होण्याला सुरुवात होईल. तसेच कालव्याच्या कडेने बचाव फळी ठेवून, लढाई पाकिस्तानी प्रदेशांतच चालू राहिली असती आणि त्याखेरीज त्यांच्या प्रदेशाचा एक मोठा तुकडा भारतीय

सेनादलांच्या ताब्यात आला असता.

४ सप्टेंबर रोजी जो प्रसंग उद्भवला होता, तशी परिस्थिती आल्यास तिला तोंड देण्यासाठीच ऑपरेशन रिडलची आखणी केली गेली होती. त्या तारखेस चव्हाणांनी आपल्या दैनंदिनीत पुढील कृती म्हणून ज्या गोष्टींचा उल्लेख केला होता ती तीच मोहीम होती.

या धाडशी मोहिमेचा मूळ आशय असा होता की १ कोअर आणि ११ कोअर यांनी एकाच वेळी, अनुक्रमे सियालकोट आणि लाहोर या आघाड्यांवर आक्रमण करावयाचे. ११ कोअरनी इच्चोगिल कालव्याच्या कडेकडेने बचाव फळी उभारावयाची होती. तोपर्यंत १ कोअरने मासर्ला-रावी जोड कालव्याच्या (MRLC) बाजूवर पोहोचून तेथे ठाण मांडायचे होते.

रविवार, सप्टेंबर ५, १९६५

चव्हाणांची नोंद

आज राष्ट्रपती (डॉ. राधाकृष्णन्) यांचा वाढदिवस आहे. सकाळीच त्यांना भेटून आलो. दुपारपर्यंत कचेरीत होतो. भूसेनाप्रमुख व हवाईदलप्रमुख यांच्याबरोबर आज रात्री अंमलात आणावयाच्या योजनेबद्दल चर्चा केली.

सकाळी ११ वाजता पंतप्रधानांनी त्यांच्या निवासस्थानी बोलावले. तिथे त्यांची सर्व घटकराज्यांच्या मुख्यमंत्र्यांबरोबर परिषद सुरू होती. छांब आघाडीवर काय घडते आहे, याची मी थोडक्यात कल्पना दिली.

राष्ट्रीय विकास मंडळाची बैठक दुपारी भरली होती. रात्री ९ वाजता भूसेनाप्रमुख आले. ते काळजीतून मुक्त झाल्याप्रमाणे दिसले. अल्प चर्चेनंतर 'त्यांना चांगले यश मिळो' अशा सदिच्छा मी दिल्या.

४ सप्टेंबरच्या सायंकाळी युद्धाच्या आघाडीवरील वृत्त संमिश्र स्वरूपाचे होते. पाकिस्तानची आणखी दोन एफ्-८६ सेबर जेट्स आपल्या छोट्या नॅट लढाऊ विमानांनी पाडली होती. ते उत्साहजनक होते. पण त्याच दिवशी पाकिस्तानी रणगाड्यांच्या एका तुकडीने मुनावर-तावी नदी

ओलांडून छांब जौरिअन भागात एक नवी आक्रमक चाल आरंभली होती ही मोठ्या चिंतेची बाब होती.

त्या दिवशी सकाळी चव्हाण, राष्ट्रपती डॉ. राधाकृष्णन् यांना त्यांच्या वाढदिवसाच्या शुभेच्छा देण्यासाठी भेटले. परंतु त्यांनी राष्ट्रपतींना काही सांगितले नाही. काही आठवड्यानंतर माझ्याशी बोलताना चव्हाणांनी या गोष्टीला पुष्टी दिली की त्या रात्री सुरू करावयाच्या ऑपरेशन रिडल मोहिमेबद्दल फक्त पंतप्रधानांनाच ठाऊक होते. चव्हाणांच्या म्हणण्यानुसार गुप्तता आणि अचानकपणा या दोन बाबी त्या योजनेच्या केंद्रवर्ती व महत्त्वाच्या होत्या. त्या दिवशी त्यांनी पंतप्रधानांच्या बरोबर न्यूयॉर्कमधील सुरक्षा मंडळ बैठकीतील चर्चेवर ऊहापोह केला आणि युद्धबंदीबद्दलच्या मंडळाच्या आवाहनाचाही विचार केला. तसेच राष्ट्रीय विकास मंडळाच्या बैठकीला हजर असणाऱ्या मुख्यमंत्र्यांना परिस्थितीच्या गांभीर्याबद्दल सर्वसाधारण माहिती दिली.

ऑपरेशन रिडलचे यश सियालकोट व लाहोर या दोन्ही आघाड्यांवर एकाच वेळी अचानक हल्ला चढविण्यावर अवलंबून होते. पण ४ सप्टेंबरच्या सुमारास छांब-अखनूर क्षेत्रामध्ये भारतीय सेनेवरचे दडपण असह्य झाले आणि शत्रूचे लक्ष इतरत्र वेधण्यासाठी हल्ला करणे अत्यावश्यक झाले. तसा हल्ला ताबडतोब करण्याचीही जरुरी होती.

जौरिअनसाठी चाललेल्या लढाईत आलेल्या अपयशानंतर ११ कोअरने करावयाचे आक्रमण, ऑपरेशन रिडलच्या मूळ आराखड्यानुसार करण्याऐवजी आता लगेचच– ५ व ६ सप्टेंबर दरम्यानच्या रात्री– करण्यास भारताच्या सेनाधिकाऱ्यांना भाग पडले. परंतु तोपर्यंत १ कोअरच्या तुकड्यांची जमवाजमव पूर्ण झाली नव्हती. त्यामुळे मूळ योजनेबरहुकूम ऑपरेशन रिडल मोहिमेचा प्रारंभ करणे शक्य नव्हते. तरीदेखील ११ कोअरतर्फे हल्ल्याला प्रारंभ करावयास चव्हाणांनी हिरवा कंदील दाखविला.

दोन निरनिराळ्या कोअर्स घेऊन करावयाचा हल्ला केवळ एका कोअरने करण्यात गंभीर धोका होता. पण अपरिहार्य म्हणून ते करावे लागले. म्हणूनच चव्हाणांनी ४ सप्टेंबरच्या नोंदीत लिहिले : **उद्या आम्ही जे पाऊल उचलणार आहोत, त्यामुळे मला वाटते की, सर्व परिस्थितीचा तोंडवळाच बदलून जाईल. त्यात जर आम्हाला यश मिळाले नाही, तर उद्भवणाऱ्या परिस्थितीची कल्पनाही मनात आणू इच्छित नाही. राष्ट्राला अपयशाला सामोरे जावे लागेल, हे निश्चित.**

सोमवार, सप्टेंबर ६, १९६५

चक्काणांची नोंद

हा दिवस ऐतिहासिक स्वरूपाचा. पहाटेच आपले सैन्य लाहोरच्या दिशेने पुढे निघाले. हवाईदलानेही आजचा दिवस गाजवला.

खरे म्हणावयाचे, तर आपण काही युद्धखोर राष्ट्र नाही आणि मला त्याचा अभिमानही आहे. पण राष्ट्राच्या जीवनात असा एखादा क्षण येतो की जेव्हा त्याला एखाद्या धटिंगणाला सामोरे जाऊन चांगला धडा शिकवावा लागतो. तेच करायला आता आम्ही बाहेर पडलो आहोत. याच्याकडे आम्ही एक हिंदू राष्ट्र व एक मुस्लीम राष्ट्र यांच्यामधील लढाई अशा दृष्टीने पाहत नाही. आम्हाला शांततेने राहणारा शेजारी हवा.

ज्या शेजाऱ्याला आपण आपल्या सर्व आक्रमक कारवाया करूनही आपल्या विरुद्ध काही न होता आपण सहज सुटून जाऊ असे वाटते, तो कधीच शांततावादी राहणार नाही. त्याला प्रत्यक्ष कृतीतून परिणामकारक पद्धतीने बजावायला पाहिजे, की हे असे चालणार नाही.

असो. मी संसदेत केलेल्या निवेदनाचे टाळ्यांच्या कडकडाटात मोठे स्वागत झाले. निवेदन करून मी खाली बसलो तेव्हा माझ्यासमोर एक निराळीच उत्साहाने फुललेली लोकसभा होती. आता भारत हाही एक नवा भारत म्हणून खडा होईल, अशी मला खात्री आहे. मंत्रीमंडळ आणीबाणी समितीने परिस्थितीचे पुनरावलोकन केले. सायंकाळच्या सुमारास घटना मोठ्या वेगाने घडू लागल्या. पाकिस्तानच्या हवाईदलाने वेडे झाल्याप्रमाणे पठाणकोट, हलवारा, आदमपूर, अमृतसर व जामनगर येथील हवाईतळांविरुद्ध क्रोधाने हल्ले चढवले. त्यात आपली अनेक विमाने नष्ट झाली. हवाईदलप्रमुख रात्री ११.३० वाजता भेटायला आले.

५ सप्टेंबर रोजी पाकिस्तानच्या एकाच एफ्-८६ सेबर जेट विमानाने अमृतसरजवळच्या विमानविरोधी केंद्रांवर मारा केला व भारतीय वायुसेनेची मोठी हानी केली. पंजाबमध्ये एक नवी आघाडी उघडण्यात आली. त्या रात्रीच आंतरराष्ट्रीय सीमा ओलांडून भारतीय सेनादलांनी भारताच्या

सीमेपासून सुमारे ३५ कि. मी. अंतरावर असलेल्या लाहोरच्या दिशेने मोठा हल्ला सुरू केला.

दुसऱ्या दिवशी– सप्टेंबर ६ला– सकाळी लोकसभेच्या बैठकीत चव्हाणांनी निवेदन केले. ते म्हणाले,

"५ सप्टेंबरच्या दुपारी, अमृतसरजवळच्या वाघा सीमेपाशी आंतरराष्ट्रीय सीमा ओलांडून पाकिस्तानी विमानांनी आक्रमण केले. हवाईदलाच्या एका केंद्रावर त्यांनी रॉकेट्सनी हल्ला केला. विमानविरोधी तोफांनी त्यांना पिटाळून लावले. या आक्रमणाची माहिती मिळाली; पण त्याच सीमेवर पाकिस्तानी हवाईदलाने आणखीही आक्रमणे केली आणि हे उघड दिसते की पाकिस्तानची पुढची चाल आंतरराष्ट्रीय सीमा ओलांडून पंजाबमध्ये हल्ला करायची असणार आहे. असे पुढे घडणार याच्या सूचक घटना गेले काही दिवस वाढत्या प्रमाणात होत्या. पाकिस्तानने आपल्याविरुद्ध आणखी आघाडी उघडण्यापूर्वी त्यांना रोखण्यासाठी पंजाबमध्ये असणाऱ्या आपल्या सेनादलांनी, भारतीय सीमांचे संरक्षणासाठी लाहोर भागात सीमा ओलांडली आहे. त्यांचा उद्देश भारतीय सीमेचे रक्षण करणे सोपे व्हावे, असा आहे.

पाकिस्तानच्या आक्रमणाला परिणामकारकरित्या परतविण्याचा निर्णय आम्ही घेतला त्या वेळी आमची पूर्ण खात्री होती की, पक्षभेद विसरून संपूर्ण राष्ट्र सरकारच्या पाठीशी आहे. सर्व संबंधितांकडून त्याबद्दल पंतप्रधानांना पूर्ण ग्वाही देण्यात आली आहे. आपल्या जम्मू आणि काश्मीर राज्यामध्ये कारगिल आणि हाजीपीर खिंड यांसारख्या अत्यंत दुर्गम भागांत प्रतिकूल परिस्थितीमध्ये ज्या मोठ्या शौर्याने आपले सेनादल लढते आहे, त्याची जाणीव या सभागृहाचे सन्माननीय सभासद आणि सर्व देश दर्शवील याची मला खात्री आहे. हवाईदलातील आपल्या तरुणांनी कित्येक पाकिस्तानी सेबर जेट लढाऊ विमानांचा विध्वंस केला. त्यांच्याबद्दलही या सभागृहाला निःसंशय अभिमान वाटतो. आमची सेनादले आपली कर्तव्ये सुयोग्य प्रकारे पार पाडतील याबद्दल माझ्या मनात आता कोणताही संदेह नाही."

या निवेदनानंतर लोकसभेतील वातावरण एकदम विद्युतभारीत झाल्याप्रमाणे झाले. संरक्षणमंत्र्यांच्या घोषणेवर सदस्यांनी मुक्तकंठाने जयघोष केला. राष्ट्राच्या इतिहासात एक निर्णायक क्षण आला अशी जाणीव सर्वांना झाली.

चव्हाणांच्या दृष्टीने ती घटना अशी होती की ज्याचे सामर्थ्य त्यांच्या राजकीय जीवनाला बढावा देणारे किंवा ते नष्टही करू शकणारे होते. लोकसभेत आमूलाग्र बदल होऊन ती आगळीच वाटत आहे असे त्यांनी अनुभवले. तसेच भारतही एक नवाच भारत असल्याची जाणीव त्यांना झाली. त्याचे वर्णन त्यांनी 'ऐतिहासिक दिवस' म्हणून केले. गंमतीची गोष्ट म्हणजे त्याच दिवशी पाकिस्तानी सेनेने जौरिअनवर कब्जा केला होता आणि पाकिस्तानात सर्वत्र जल्लोश सुरू होता.

लष्करी मोहिमा

५ सप्टेंबरच्या मध्यरात्री भारतीय सैनिकांनी पंजाब सीमा ओलांडली. अनपेक्षितता आणि आपल्या निवडीच्या जागी चढाई सुरू करणे हे भारताच्या आक्रमणाचे रहस्य होते. मूळ योजना इच्चोगिल कालव्यापर्यंत पुढे जायचे आणि उत्तरेकडे रानिअनपासून ते ग्रॅंड ट्रंक रोडवर डोगराईपर्यंतचा कालव्याचा भाग जिंकून घ्यायचा अशी होती. पंजाब आघाडीवरील या हल्ल्याची अनपेक्षितता पूर्णपणे प्रत्यक्षात आली. सेनेच्या ११ कोअरचे सेनापती ले. ज. जे. एस्. धिल्लाँ हे नामवंत लष्करी अधिकारी होते. सप्टेंबर ५ आणि सप्टेंबर ६ दरम्यानच्या रात्री ११ कोअरच्या तुकड्या पुढे कूच करू लागल्या. इच्चोगिल कालव्याच्या पूर्व किनाऱ्यावर भैनी-मलिकपूर ते जल्लो पुलापर्यंतचा कालव्याचा टापू ताब्यात घेणे आणि भैनी-मलिकपूर, डोगराई आणि जल्लो या ठिकाणचे महत्त्वाचे पूल सुरक्षितपणे जिंकणे हे काम मे. ज. निरंजन प्रसाद या सेनापतीच्या नेतृत्वाखालील १५ डिव्हिजनवर सोपविले होते.

ग्रॅंड ट्रंक रोड दियाल भागातून जातो, तेथे ठरल्यानुसार कालव्याच्या पूर्वेकडे सुमारे ३ कि. मी. अंतरावर रस्त्याच्या उत्तर दिशेने ३ जाट बटॅलियनने सीमा ओलांडली. १ जाट बटॅलियनने भैनी-मलिकपूर पुलावर कब्जा मिळविला आणि आपल्या पंजाब सीमेच्या पाकिस्तान हद्दीतून जाणाऱ्या अप्पर बडी दुआब कॅनॉलवरील पूल १५ डोग्रा कंपनीने ताब्यात घेतला. त्या वेळी १५ डिव्हिजनच्या आघाडीवरील स्थिती

इच्चोगिल कालव्यावरील डोगराई पूल जिंकून घेण्यास अनुकूल होती.

पण दुर्दैवाने, रानिअन भागात कालव्यावरील पुलावर सकाळी कब्जा करणाऱ्या १ जाट बटॅलियनने निष्काळजीपणा केला. पुलावर कब्जा घेतल्यानंतर त्यांनी भोजनाचा ट्रक बोलावून घेतला आणि ते तेथेच उघडपणे न्याहारी घेऊ लागले. पाकिस्तानच्या तोफखान्याने त्यांच्यावर गोळीबार केला. १ जाटचे सैनिक इतस्तत: पळू लागले. या बेपर्वाईच्या घटनेमुळे भारतास फार मोठी किंमत मोजावी लागली. इच्चोगिल कालव्यावरील याच पुलावर पुन्हा कब्जा करण्यासाठी दुसऱ्या बटॅलियनना दोन वेळा हल्ले चढवावे लागले आणि दुर्दैवाने त्यात मोठ्या संख्येने बलिदान द्यावे लागले.

३ जाटचे नेतृत्व ले. क. डेस्मंड हाईड (Desmond Hyde) या इंग्रज अधिकाऱ्याकडे होते. फाळणीनंतर भारतीय सेनादलातच सेवा करण्याचे त्याने पसंत केले होते. सकाळी ११.३०पर्यंत ३ जाट बटॅलियन जी टी रोड-इच्चोगिल कालवा ओलांडण्याच्या जागी पोहोचली. कालवा ओलांडायला संधी आहे हे हाईडने हेरले आणि त्याच्या नेतृत्वाखाली त्याच्या दोन कंपन्यांनी कालवा ओलांडला. ३ जाटची ही कृती धाडसाची होती. १५ डिव्हिजनने केलेल्या चढाईमधील भरतीच्या लाटेसारखा गाठलेला हा परमोच्च बिंदू होता. कारण हा कालवा आपल्या सैनिकांना पुन्हा केव्हाही ओलांडता आला नाही.

६ सप्टेंबरच्या सकाळपावेतो, मे. ज. निरंजन प्रसाद यांच्या नेतृत्वाखाली १५ डिव्हिजनने ग्रँड ट्रंक रोडवरून पुढे कूच केले. वर उल्लेख केला आहे त्याप्रमाणे १ जाट बटॅलियनवर सरधोपट मारा करणाऱ्या पाकिस्तानच्या तोफखान्याची तुकडी घाईने प्रतिकारासाठी मोर्चा बांधून पुढे आली. तिने १५ डिव्हिजनच्या पायदळ सैनिकांवर जबरदस्त मारा चालविला आणि त्यामुळे निरंजन प्रसादना वाटले की, आपल्यावर शत्रूचे दोन सेना विभाग प्रतिहल्ला करीत आहेत. आपले हे 'मत' त्यांनी वरच्या सेनाधिकाऱ्यांना कळविले. या चुकीच्या माहितीमुळे भारतीय सेनेच्या तुकडीला एका लज्जास्पद प्रसंगाला तोंड द्यावे लागले.

६ सप्टेंबर रोजी, पाकिस्तानी हवाईदलाने पठाणकोटवर हल्ला चढविला आणि भारतीय विमाने अनपेक्षितरित्या विमानतळावर सापडली. दोन मिग-२१ विमाने, चार मिस्टिअर्स, दोन नॅट आणि एक पॅकेट विमाने

जागेवरच नष्ट झाली. आदमपूर, हलवारा विमानतळ, तसेच अमृतसर, फिरोझपूर, पोरबंदर येथील रडार केंद्रांवरही पाकिस्तानी विमानांनी हल्ले केले. शिवाय त्यांच्या बी-५७ विमानांनी रात्री आदमपूर, हलवारा, पठाणकोट, जामनगर यांच्यावर हल्ले केले.

पाकिस्तानी विमानांनी गनिमी पॅरा सैनिक आदमपूर, हलवारा, पठाणकोट या विमानतळांवर उतरवले होते. भारतीय विमाने जमिनीवरच नष्ट करण्याच्या त्यांच्या उद्देशाचा फज्जा उडाला कारण ऊसाच्या शेतांमध्ये लपलेल्या त्या गनिमी सैनिकांना पोलीस आणि गावकऱ्यांनी हुसकावून बाहेर काढले व तुरुंगात पाठविले.

मंगळवार, सप्टेंबर ७, १९६५

चक्काणांची नोंद

काल रात्री नीट झोप लागली नव्हती.
९.४५ वाजता सकाळची बैठक. पूर्वयोजनेनुसार भूसेनेची कृती चांगल्या प्रकारे चालू आहे. हवाईदलप्रमुखांनी आणखी अप्रिय वृत्त दिले. त्यानुसार कुलाईकुंड येथे त्याचप्रमाणे पश्चिम पाकिस्तानातील एका तळापाशी (आपल्या विमानांचे) नुकसान झाले.
पूर्व पाकिस्तानच्या बाजूला दोन्ही देशांनी चालविलेल्या बाँबहल्ल्यामुळे प्रश्नच निर्माण झाला आहे. मी हवाईदलप्रमुखांना सांगितले की, तिकडे (पूर्व पाकिस्तानकडे) हात आखडता घ्या. तिकडे उगीचच युद्धाचा वाढत जाणारा पसारा व्यर्थ असून, आपणाला तो नको आहे.
राजकीय पातळीवरून पाहताना चीनला चीड येईल.
मंत्रीमंडळ आणीबाणी समितीला आपल्या तळावर होणाऱ्या हवाई हल्ल्यांबाबत चिंता वाटते आहे. समितीची बैठक चालू असतानाच छांब क्षेत्रात सेनेने केलेल्या चांगल्या कामगिरीचे वृत्त मिळाले. डेराबाबा नानक येथील पूल उडविण्याचे वृत्त आले. दुपारी उशिरा चांगले वर्तमान कानी पडले. मला हे सर्व कळल्यावर चांगले बरे वाटायला लागले. हे सांभाळावयाला हवे.
काँग्रेस संसदीय पक्ष कार्यकारिणीची दुपारी ४ वाजता झालेली बैठक लक्षवेधक झाली. वाटले ते अगदी गोडवे गात होते. संसदीय मंडळ बैठक ६ वाजून ३० मिनिटांनी झाली. त्याला मला थोडा उशीर

झाला. संघटनात्मक निवडणुका पुढे ढकलायचे ठरले. रात्री ८ वाजता ना. ग. गोरे भेटण्यास आले.

चव्हाणांनी डेराबाबा नानक उद्ध्वस्त झाल्याचा उल्लेख केला आहे, त्याचा संदर्भ २९ पायदळ ब्रिगेडच्या मोहिमेबद्दल आहे. आपल्या प्रदेशातील पाकिस्तान्यांची छोटी वसाहत मोडून टाकून शक्यतो रावी नदीवरील रस्ता व रेल्वे मार्ग यांचा पूल त्याची हानी होऊ न देता ताब्यात घ्यायचा आदेश त्या ब्रिगेडला होता. ६ सप्टेंबर रोजी पाकिस्ताननने संरक्षणाची बळकट व्यवस्था केलेल्या मनोच्याला लक्ष्य करून भारतीय सेनेने भडिमार केला पण त्याला यश आले नाही. ही लढाई चालू असता काही पाकिस्तानी सैनिक पूल ओलांडून पुढे आले व भारतीय मोच्र्यावर त्यांनी हल्ला केला. दुसऱ्या दिवशी रात्री आपल्या चिलखती दलांनी त्यांना मागे हुसकावले. मात्र माघार घेताना त्यांनी पुलाची एक कमान उद्ध्वस्त केली.

पश्चिम बंगालमध्ये कुलाईकुंडवर पाकिस्तानी हवाईदलाने हल्ला केला तेव्हा अवघड परिस्थिती उभी राहिली. गौहत्ती आणि शिलाँगदरम्यान त्यांनी काही पॅरा-सैनिकही उतरवले. ते सर्व पकडले गेले. चव्हाणांना युद्ध पूर्वेकडे पसरायला नको होते आणि सरसेनापतींना त्या भागात काही मोहीम नको, असा सल्ला त्यांनी दिला होता. पण समजुतीत काही घोटाळा असल्याने, आपल्या इस्टर्न एअर कमांडच्या काही कॅनबेरा विमानांनी त्याच दिवशी चितगाव व ढाक्का या विमानतळांवर हल्ले चढविले.

त्याचा बदला म्हणून पाकिस्तानी हवाईदलाच्या विमानांनी कुलाईकुंड, बागडोगरा आणि कलकत्ता येथील विमानतळांवर हल्ले केले. त्यात अनेक भारतीय विमाने जी तळांवरच होती ती सापडली.

त्याच दिवशी सकाळी लवकर सरगोधा या पाकिस्तानमधील सर्वांत महत्त्वाच्या विमानतळावर भारतीय विमानांनी आक्रमण केले. त्या एका दिवसात सरगोधावर चार वेळा हल्ले केले गेले.

बुधवार, सप्टेंबर ८, १९६५

चव्हाणांच्या दैनंदिनीत काही नोंद नाही.

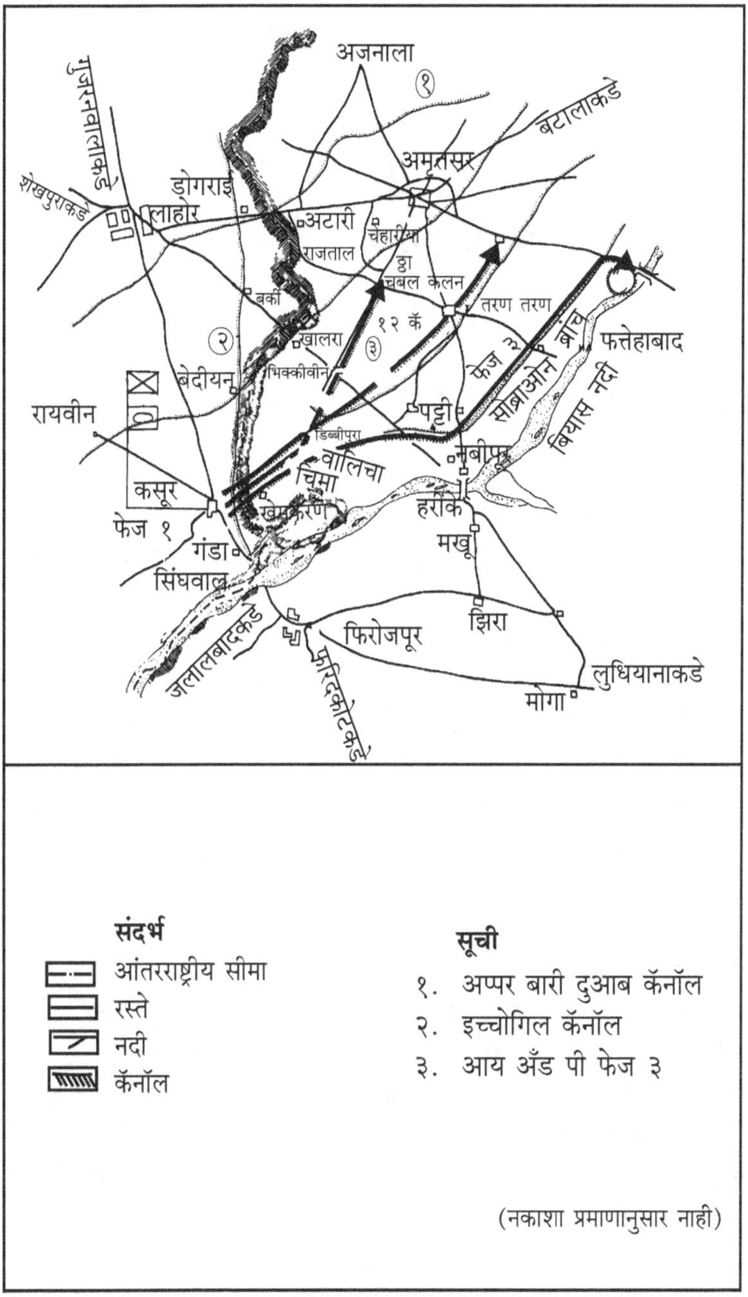

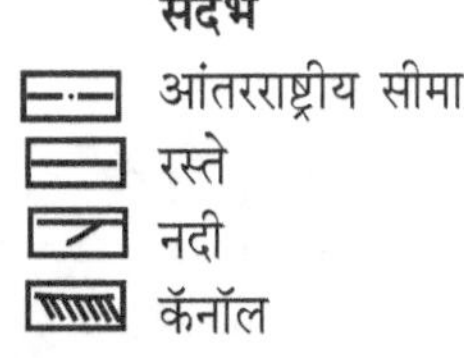

नकाशा ४ : खेमकरण सेक्टरमध्ये पाकिस्तानी चढाईची योजना

खंड ३
रणगाड्यांची महायुद्धे – खेमकरण/कसूर

गुरुवार, सप्टेंबर ९, १९६५

चव्हाणांची नोंद

युद्धाच्या सर्वच आघाड्यांवर आजचा दिवस कठीण गेला. फारच त्वेषाने प्रतिहल्ले करण्यात आले. कसूर क्षेत्रात आपणास माघार घ्यावी लागली.

भूसेनाप्रमुख आज दोलायमान मनःस्थितीत वाटले. त्यांना मी सुचवले की, त्यांनी रणक्षेत्र आघाड्यांना भेट द्यावी म्हणजे त्यांचा वस्तुस्थितीशी थेट संपर्क राहील. उद्या जाईन असे ते म्हणाले.

चव्हाणांनी 'फार भीषण प्रतिहल्ल्यांचा' केलेला उल्लेख खेमकरण भागात रणगाड्यांच्या लढाईसाठी जी तयारी होत होती त्यांना उद्देशून आहे.

लष्करी कारवाया : दिवस ८ व ९

खेमकरण आणि कसूर ही जुळी शहरे १० कि. मी. अंतरावर आहेत. दोघांच्या मध्यावरून आंतरराष्ट्रीय सीमा जाते. रोही/कसूर ओढ्याचा प्रवाह खेमकरण भोवतालून, घोड्याच्या नाल्याच्या आकृतीप्रमाणे, भारतीय व पाकिस्तानी दोन्ही हद्दीतून वाहतो. भारतीय सेनेस चढाई करावयाची झाल्यास कसूर ओढा आणि त्याच्या पलीकडे इच्चोगिल कालवा हे दोन अडथळे कसूर शहराकडील मार्गामध्ये होते.

खेमकरण भागात लष्करी कारवाईसाठी ११ कोअरने मे. ज. हरबक्ष सिंह यांच्या नेतृत्वाखालील ४ माऊंटन डिव्हिजन मुक्रर केली होती.

खेमकरणाच्या नैऋत्येला ६२ ब्रिगेडने पक्का तळ बनवायचा आणि त्याच वेळी ७ ब्रिगेडने इच्चोगिल कालव्याचा पूर्व किनारा गाठायचा व शत्रू हाकलायचा अशी योजना होती.

प्रत्यक्ष मोहीम सुरू झाली तेव्हा ४ माऊंटन डिव्हिजनची आघाडीवरील इच्चोगिल कालवा गाठण्याची कामगिरी त्याच सेनानींनी एका ब्रिगेडला दिली होती. एका छोट्या ओढ्यालाच कालवा समजून ब्रिगेड तिथेच थांबली. त्याच दुपारी प्रथमत: तोफांचा मोठा भडिमार करून पाकिस्तानी रणगाडे इच्चोगिल कालव्याच्या 'खालून' बाहेर पडले. या भुयारी मार्गाच्या अस्तित्वाबद्दल भारतीय सेनादलास काहीच कल्पना नव्हती. या आकस्मिक हल्ल्यामुळे १३ डोग्रा बटॅलियनचे अवसान गळाले. रणगाडे पुढे धावतील आणि अवजड तोफा भडिमार करतील अशा आशंकेने त्यांनी आपले स्थान सोडले.

४ माऊंटन डिव्हिजनचे सैनिकबळ सहा पायदळ बटॅलियन होते. त्यातील अनेक सैनिकांनी आपल्या जागा सोडून पलायन केल्यामुळे ते केवळ साडेतीन बटॅलियनपर्यंत घसरले. ६२ ब्रिगेडपुढील बिघडत चाललेल्या परिस्थितीचे गांभीर्य ओळखून मे. ज. हरबक्ष सिंह यांनी ७ ब्रिगेडला असल उत्तर दिशेने माघार घ्यायचा हुकूम दिला. ब्रिगेडचे आणि रेजिमेंटचे अधिकारीही प्रसंगाला तोंड देऊन घसरगुंडी आवरायला सिद्ध झाले. 'स्वसन्मान' राखायचे आवाहन करीत व धमक्या देत त्यांनी सैनिकांचे छोटे छोटे गट जमा करून त्यांच्या त्यांच्या युनिटच्या संरक्षणामध्ये पाठविले.

एकंदर परिस्थिती परस्पर डावपेचांची, बदलती व चिंताजनक होती. प्रत्यक्ष फारशी लढाई नव्हती. ४ डिव्हिजनच्या सहा बटॅलियनपैकी केवळ दोन बटॅलियन शाबूत राहिल्या होत्या. डिव्हिजनचे नीतिधैर्य गळाठले होते आणि ११ कोअरचे सेनाधिकारी ले. ज. जोगिंदर सिंह यांनी ४ माऊंटन डिव्हिजन बदलून टाकावी आणि शाबूत राहिलेल्या दोन युनिट्स वगळता इतर युनिट्स रद् करावीत अशी शिफारस केली. पाकिस्तानी रणगाड्यांच्या तुकड्या चाल करून येत असता सेनानीला अशी शिफारस करावी लागली हे युद्धाच्या आघाडीवर गंभीर व चिघळलेल्या परिस्थितीचे द्योतक होते.

रणांगणावरील भारतीय नेतृत्वाची दैना आणि तिच्यामुळे उडालेली घबराट व बेशिस्त माघार याप्रमाणे, सुदैवाने पाकिस्तानी सेनेचीही

तशीच स्थिती होती. लवकरच त्यांच्या नेतृत्वांच्या घोडचुकीमुळे पाकिस्तानी तुकड्यांचे असल उत्तरजवळ 'वॉटर्लू' होणार होते.

असल उत्तर युद्ध

वरील परिस्थिती घडत असताना खेमकरण क्षेत्रात असल उत्तरपाशी आणि सियालकोट भागात रणगाड्यांच्या तीन मोठमोठ्या लढायांचा बनाव बनत होता.

८ सप्टेंबर रोजी सायंकाळच्या सुमारास भारत आणि पाकिस्तान या दोघांनी आपले पत्ते उघड केले होते. आपापल्या रणगाड्यांच्या तुकड्या त्यांनी सियालकोट भागात चाविंडाजवळ आणि लाहोर भागात खेमकरणजवळ युद्धात लोटल्या होत्या. खेमकरण भागात ४ डिव्हिजनच्या ताब्यातील प्रदेशावर समोरून उघड हल्ला चढविण्याची पाकिस्तानी सेनाधिकाऱ्यांची योजना होती. चिमाजवळच्या खेमकरण-भिक्कीविंद रस्त्याच्या डाव्या बाजूने जोरदार हल्ला चढविण्याचा त्यांचा बेत होता.

प्रत्यक्ष लढाया

असल उत्तर हे खेडे खेमकरण-पत्ती आणि खेमकरण-भिक्कीविंद रस्ता यांच्यामध्ये चिमट्यात वसलेले आणि दोन्ही रस्त्यांवरील वाहतूक अडविता येईल असे होते. सर्व प्रदेश सपाट व कित्येक कालव्यांनी पसरलेला होता. सर्वत्र ऊसाच्या पिकांची लागवड होती. या नैसर्गिक रचनेचा फायदा घेऊन कालव्यामध्ये खिंडारे पाडून सर्व प्रदेश जलमय करता येईल व शत्रूंचे रणगाडे थांबविता येतील असे भारतीय सेनानींच्या नजरेत आले. त्यासाठी थोडीशी माघार घेऊन त्यांनी भारतीय रणगाड्यांच्या तुकड्या ऊसाखालील क्षेत्राच्या बाजूने असल उत्तरजवळ घोड्याच्या नाल्याच्या आकारात उभ्या केल्या. अपेक्षित आव्हान व त्याचा मुकाबला करण्यासाठी भारतीय अधिकाऱ्यांनी सापळा रचला होता.

असल उत्तर भागामध्ये डेक्कन हॉर्स चिलखती रेजिमेंटचे (Deccan Horse Armour Regiment) नेतृत्व ले. क. अरुणकुमार वैद्य यांच्याकडे होते. वैद्यांच्या लक्षात ही गोष्ट आली की, खेमकरणच्या बाजूला आणि दुसऱ्याही बाजूला पाण्याचे कालवे कोरडेच आहेत. त्यांनी त्यामध्ये पाणी सोडण्याचे हुकूम दिले.

८ सप्टेंबर रोजी दुपारी २.३० वाजता पाकिस्तानने त्यांच्या रणगाडा तुकड्यांच्या तीन रांगा करून पहिला हल्ला चढविला. या सामन्यामध्ये

दुपारी एका तासाभरात भारताच्या सेंच्युरियन रणगाड्यांनी पाकिस्तानचे ५ पॅटन (Patton) व १ शॅफ (Chaffe) रणगाडे नष्ट केले. पाकिस्तानी तुकडीने मागे सरकून चिमाजवळ भारतीय संरक्षण फळी तोडण्याचा पुन्हा प्रयत्न केला. त्यांना उपरोक्त सापळ्यात शिरू देण्यात आले आणि नंतरच्या जोरदार प्रतिहल्ल्यामध्ये त्यांचे कित्येक पॅटन रणगाडे नष्ट करण्यात आले.

९ सप्टेंबरला, पाकिस्तानी रणगाड्यांची मधली तुकडी असल उत्तरमधून जाणाऱ्या भिक्कीविंद अक्षावरून पुढे आली. त्यांनी त्या दिवशी मोर्चा धरून असणाऱ्या भारतीय रणगाड्यांच्या साखळीवर तोफांचा अत्यंत जोरदार भडिमार केला. संपूर्ण प्रदेश सपाट व ऊस पिकाखाली होता. त्यामुळे तोफांना नेम साधणे अवघड जात होते. भारतीय ४ माऊंटन डिव्हिजनमध्ये अगोदर वर्णन केल्याप्रमाणे सैनिकसंख्या बरीच कमी झाली होती. तसेच बचावफळीही घाईघाईने उभारली होती. तरीपण भारताच्या ९ हॉर्स रेजिमेंटच्या (9 Horse Regiment) तीन तुकड्यांनी पाकिस्तानच्या एका संपूर्ण चिलखती डिव्हिजनला थोपवून धरले. त्यांना भारतीय फळीत खिंडार पाडता आले नाही. त्यामुळे भारतीय शेर्मन व सेंच्युरियन या रणगाड्यांच्या सैनिकांचे मनोधैर्य वाढले व तद्नंतर पॅटन रणगाड्यांची भीती राहिली नव्हती.

दुसरे दिवशी– १० सप्टेंबर रोजी– सकाळी ८.३०चे सुमारास पाकिस्तान्यांनी हल्ल्याला प्रारंभ केला. भिक्कीविंद रस्त्यावरून पाकिस्तानी रणगाडे आले. ९ हॉर्सचे रणगाडे आपण केलेल्या मोर्चावर पाय रोवून वाट पहात होतेच. पाकिस्तानी रणगाडे १०० मीटर्स अंतराच्या आत आल्याबरोबर त्यांचे चार रणगाडे निकालात काढले गेले व पाकिस्तानी पायदळ रणगाड्यांपासून अलग पडले. दुपारी चढविलेल्या हल्ल्यात पाकिस्तानचे अनेक रणगाडे नष्ट केले गेले. पाकिस्तानी सेनापतींनी युद्धानंतर लिहिलेल्या आठवणींवरून आता समजते की, लढाईच्या त्या क्षणी नेतृत्व करणारे त्यांचे सेनाधिकारी जिवावर उदार व निराश झाले होते. त्यांनी त्यांच्या चिलखती ब्रिगेडच्या प्रमुखाला हुकूम दिला की, 'खडा हो आणि 'इस्लाम, पाकिस्तान व हिलत-इ-जुरट'च्या साठी पुढे जा'. जिवावर उदार होऊन त्यांनी हल्ला केला. भारतीय ३ ग्रेनेडिअर्सचा हवालदार हमीद आपल्या जीपमध्ये होता. त्याने अगदी जवळ आलेल्या शत्रूवर आरसीएल ९ रिकॉईल लेस बंदुकीने भडिमार केला. त्यात तीन पॅटन रणगाडे नष्ट झाले आणि चौथा रणगाडा निकामी झाला. हमीद

जागेवरच ठार झाला. रणांगणावरील त्याच्या या शौर्याबद्दल त्याला मरणोत्तर परमवीर चक्र देण्यात आले.

१० व ११ सप्टेंबरदरम्यानच्या रात्री भारतीय तोफा धडाडत होत्या आणि रणगाडा दल लढाईसाठी सिद्ध झाले होते. त्यांच्या भडिमाराला पाकिस्तानी रणगाड्यांकडून उत्तर मिळत नाही असे दिसताच पुढे जाऊन पाहिले तर जलमय झालेल्या ऊसाच्या त्या शेतांमध्ये शत्रूचे पंचवीस रणगाडे चिखलात रुतले होते. त्यातील काहींची इंजिने चालू होती व वायरलेस सेट सुरू होते. भारताच्या ३ कॅव्हेलेरी तुकडीने मेजर सुरेश वडेरा यांचे नेतृत्वाखाली, चालू स्थितीतील ९ पॅटन रणगाडे ताब्यात घेतले. त्या शौर्याबद्दल त्यांना महावीर चक्र देण्यात आले.

पाकिस्तानने आणखी एक शेवटचा हल्ला चढविला. त्याचीही गत पूर्वीसारखीच झाली. असल उत्तरची लढाई भारतीय सेनेने जिंकली होती. ले. क. अरुणकुमार वैद्य यांना महावीर चक्र देण्यात आले. पुढे ते भारताचे सरसेनापती झाले.

असल उत्तरपाशी पाकिस्तानचा झालेला पराभव आणि जवळजवळ एक स्क्वॉड्रन चांगल्या स्थितीतील पॅटन रणगाडे जिंकले या बातम्यांचा विजेसारखा त्वरित परिणाम झाला. युद्धबंदी झाल्यानंतर भिक्कीविंदजवळ सुमारे ७० पॅटन रणगाडे गोळा केले गेले आणि त्या स्थळाला पॅटननगर असे नाव ठेवण्यात आले.

१९६५च्या युद्धात असल उत्तरची रणगाड्यांची लढाई हा एक निर्णायक क्षण ठरला. तद्नंतर लढाईचा कल भारताच्या बाजूला झुकला.

खंड ४
लज्जास्पद घटना

६ ते ८ सप्टेंबर या काळात लाहोर आघाडीवर भारतीय सेनादलांनी अंमलात आणलेले डावपेच अनपेक्षित ठरले. पण प्रत्यक्ष जागेवरील स्थिती चांगली नव्हती. मे. ज. निरंजन प्रसाद यांच्या नेतृत्वाखालील १५ डिव्हिजनच्या हालचालींमध्ये संपूर्ण गोंधळच होता. ग्रँड ट्रंक रोडवरून पुढे चाल करीत इच्चोगिल कालव्याच्या पूर्व किनाऱ्यावर ताबा मिळवायचे काम त्यांच्या हाताखालच्या तीन निरनिराळ्या ब्रिगेडना देण्यात आले होते. सप्टेंबर ६ला पहाटे ४.०० वाजता त्या तिन्ही ब्रिगेडनी एकाच वेळी मोहिमेला सुरुवात केली. अगोदर सांगितल्याप्रमाणे ग्रँड ट्रंक रोडवर ३ जाट ब्रिगेड डोगराई पुलाला पोहोचण्यापूर्वी काही कि.मी. अगोदरच तिच्यावर हल्ला झाला. सैनिकांची दुसरी तुकडी रस्ता सोडून शेतजमिनीमधून भसीनकडे निघाली. तिसरीला असल उत्तर जवळचा पूल घेण्याचे काम दिले होते. या तीनही ब्रिगेडचा आपल्या सेना विभाग मुख्यालयाशी संपर्क राहिला नव्हता आणि त्यांचा प्रत्यक्ष ठावठिकाणा मुख्यालयाला माहीत नव्हता.

७ सप्टेंबरला दुपारी, १५ डिव्हिजनचे मुख्य सेनाधिकारी मे. ज. निरंजन प्रसाद जेव्हा आपल्या सैनिकांच्या शोधार्थ बाहेर पडले तेव्हा भसीनसमोरील शत्रूच्या मोर्चासमोर पोहोचले. त्यांच्यावर गोळीबार झाला आणि ते पळाले.

मे. ज. निरंजन प्रसाद यांनी आघाडीवर असणारी आपली ब्रिगेड गोसल-दिसलकडे माघार घेतली. ही माघार इच्चोगिल कालव्यापासून जवळपास ११ किलोमीटर्सवर होती. त्यांनी आंतरराष्ट्रीय सीमेच्या आणखीही मागे भारतात माघार घ्यायची परवानगी मागितली. ते समजल्यावर ले. ज. हरबक्ष सिंह आणि त्या सेना प्रभागाचे मुख्य सेनापती हे दोघे निरंजन

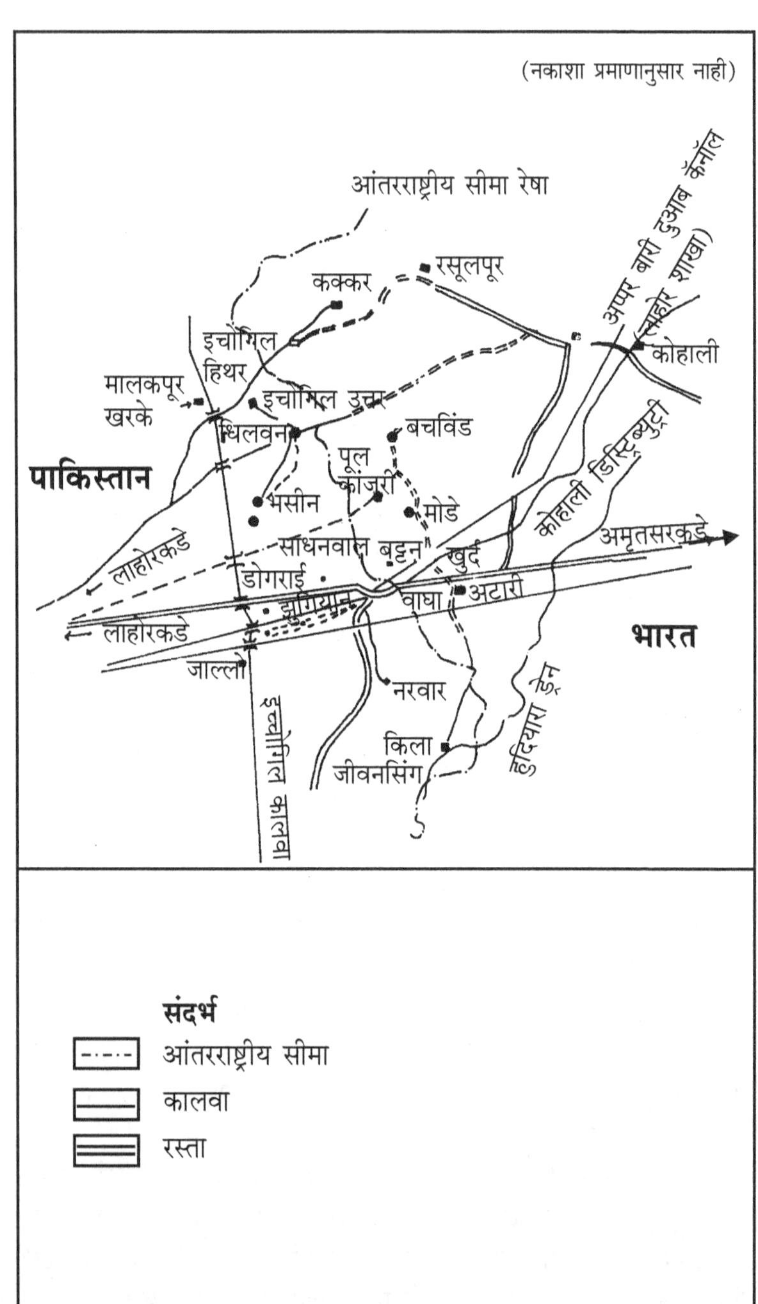

१५ इन्फंट्री डिव्हिजन- कार्यक्षेत्र

प्रसादना भेटण्यासाठी जोंगामधून *(Jonga)* गेले.

शत्रूने केलेल्या विमानहल्ल्यानंतर ग्रँड ट्रंक रोडवर अनर्थ कोसळल्याचे प्रमुख सेनाधिकाऱ्यांनी पाहिले. वाहने जळत होती. १५ डिव्हिजनची अनेक वाहने रस्त्यावरच टाकून त्यांच्या चालकांनी पळ काढला होता, कित्येकांची इंजिनेही चालू राहिली होती.

मे. ज. निरंजन प्रसाद पाण्याची पाळी दिलेल्या ऊसाच्या एका शेतात लपले होते. हरबक्ष सिंहांनी वर्णिल्याप्रमाणे, 'आमच्या स्वागताला ते बाहेर आले. त्यांच्या बुटांना चिखल माखला होता. त्यांच्या डोक्यावर शिरस्त्राण नव्हते आणि आपल्या सैनिकी दर्जाची कोणतीही निशाणी त्यांच्या कपड्यांवर नव्हती. दाढी न केल्यामुळे चेहऱ्यावर दाढीचे खुंट उगवलेले होते...' अशा अवतारात त्यांना बघून हरबक्ष सिंहांनी त्यांना विचारले, "तुम्ही एका सेना विभागाचे सेनापती आहात की कुली? दाढी का केली नव्हती आणि आपल्या सैनिकी दर्जाची चिन्हे का घातली नाहीत?" निरंजन प्रसादांकडे यावर उत्तर नव्हते.

ले. ज. हरबक्ष सिंह यांनी तिथल्या तिथे ग्रँड ट्रंक रोडवरील पूल परत मिळवायचा हुकूम १५ डिव्हिजनला दिला व त्या मोहिमेचा अहवाल प्रभाग सेनापतींना दुसऱ्या दिवशी सकाळी द्यायचा हुकूम निरंजन प्रसाद यांना दिला.

एकंदर मे. ज. निरंजन प्रसाद यांचे रणांगणावरील नेतृत्व डागाळलेले होते. नेफामध्ये १९६२च्या लढायांचे वेळी आणि त्यानंतर राजौरी येथे पायदळ सेना विभागाचे नेतृत्व करताना त्यांच्यामध्ये अनेक उणिवा आढळल्या होत्या. या परिस्थितीत त्यांचेऐवजी दुसरा सेनाधिकारी द्या अशी विनंती हरबक्ष सिंह यांनी जनरल चौधरींना केली.

निरंजन प्रसादांना आपल्या वरिष्ठांविरुद्ध तक्रार करण्याची खोड होती. त्या दिवशी सकाळी तशा विचित्र अवस्थेत ते सापडले गेल्यावर, आपल्या वरिष्ठांविरुद्ध अर्ज करण्याची धमकी त्यांनी बहुधा दिली होती व आपल्या ब्रीफकेसमध्ये असे एक निवेदन (तक्रारअर्ज) काही गोपनीय व गुप्त कागदपत्रांसह त्यांनी ठेवले होतेच.

दुसऱ्या दिवशी सकाळी, म्हणजे ८ सप्टेंबरला मोहिमेची प्रगती पाहण्यासाठी निरंजन प्रसाद आघाडीवर निघाले. ते एका जोंगामध्ये त्यांच्या ए.डी.सी.सह बसले. त्यांच्या संरक्षणासाठी मागे दोन जीप येत होत्या. एका उपकालव्याच्या काठाने ते चालले होते. त्या वेळी दूर कोठून

तरी मशिनगनने गोळीबार झाला. ते आणि त्यांचे ए.डी.सी. जोंगा टाकून जवळच उभी पिके असणाऱ्या शेतात लपले. त्यांच्यामागील संरक्षण देणाऱ्यांनीही तसेच केले. गोळीबार थांबल्यानंतर निरंजन प्रसाद घाईघाईने त्यांचेबरोबर आलेल्या जीपमधून आपल्या मुख्यालयाला परत जाण्यास निघाले. त्यांच्यामागे संरक्षणासाठी असणाऱ्या दोन जीपही त्यांचे पाठोपाठ निघाल्या.

त्या गोंधळामध्ये निरंजन प्रसादांचा जोंगा त्याच जागी मागे राहिला. त्यात सेना विभागाचे निशाण, अधिकारदर्शक 'स्टार', निशाणी प्लेट आणि ब्रीफकेसही होती. नंतर पाकिस्तानी सैनिकांनी जोंगा ताब्यात घेतला. त्यांनी ब्रीफकेसमध्ये असलेल्या कागदपत्रातील माहिती नभोवाणीवरून प्रसारित केली. त्यात ले. ज. हरबक्ष सिंह यांचेविरुद्धचा तक्रारअर्जही होता.

सायंकाळपर्यंत या आघाडीवरील परिस्थिती केविलवाणी झाली होती. विभागीय सेनापती पकडला जाता जाता कसाबसा वाचला होता. दोन बटॅलियनच्या सेनाधिकाऱ्यांचा मानसिक तोल ढळला होता व आपल्या तुकड्यांचे नेतृत्व करायला ते अपात्र बनले होते. ले. ज. हरबक्ष सिंह यांनी खंबीर निर्णय घेऊन विभागीय सेनाधिकारी मे. ज. निरंजन प्रसाद व त्या दोन बटॅलियन्सच्या अधिकाऱ्यांना तडकाफडकी त्यांच्या पदावरून काढून टाकले.

११ कोअरच्या अधिकाऱ्यांनी चौकशी केल्यावर निरंजन प्रसाद यांना सैनिकी न्यायालयापुढे (Court Martial) न्यायचे ठरले; पण सरसेनापती जनरल चौधरी यांनी मे. ज. निरंजन प्रसाद यांना 'राजीनामा द्या' असा हुकूम केला आणि या लज्जास्पद प्रसंगावर पडदा पडला.

ह्या प्रसंगामुळे व भारतीय सेनेमधील काही प्रभागांनी दाखविलेल्या भ्याडपणाच्या प्रसंगाची हकीकत जेव्हा जनरल चौधरींकडे पोहोचली तेव्हा ते साहजिकच चिंतित झाले. त्यांच्या त्या मानसिक स्थितीचे वर्णन यशवंतराव चव्हाणांनी आपल्या ९ सप्टेंबरच्या डायरीमध्ये, **'भूसेनाप्रमुख आज दोलायमान मनःस्थितीत वाटले'** या शब्दात केले.

शुक्रवार, सप्टेंबर १०, १९६५

चव्हाणांची नोंद

मंत्रीमंडळ आणीबाणी समिती बैठक नित्याप्रमाणे.

इंदिरा गांधींनी (माहिती व नभोवाणी खात्याची मंत्री) आपल्या प्रचाराबद्दल काहीशी असहकाराची भूमिका घेतली. त्यांना (प्रचारासाठी) अधिक माहिती देण्याच्या स्थितीत आम्ही नाही, त्यामुळे ते (त्यांचे खाते) पत्रकारांमध्ये थोडेफार अप्रिय होत आहेत. आणि (म्हणून) पत्रकारांना माहिती देण्याचे काम आम्हीच हाताळावे (असे त्यांचे मत). मला ती भूमिका आपमतलबी वाटली– मी तसे बोलूनही दाखवले... कसूरमधून माघार घेतल्याचा उल्लेख सायंकाळी लोकसभेत निवेदन करताना केला.

सायंकाळी, युद्धस्थिती– आढावा घ्यायच्या बैठकीला भूसेनाप्रमुख होते. लढाई क्षेत्रांना त्यांनी दिलेल्या भेटींचा त्यांना चांगलाच उपयोग झालेला दिसतो. त्यांची मते त्यांना आता अधिक निश्चितपणाने सांगता येतात.

रणक्षेत्रावर भीषण संघर्ष चालू असताना ले. ज. मोहिंदर सिंह यांची, ४ माऊंटन डिव्हिजन तेथून काढून त्याऐवजी दुसरी डिव्हिजन पाठवावी, ही सूचना धक्कादायक होती. जेव्हा चव्हाणांना सरसेनापतीच्या दोलायमान परिस्थितीची जाणीव झाली तेव्हा त्यांनी जनरल चौधरींना आघाडीवर जाऊन स्वत: परिस्थितीचे आकलन करावे असे सुचविले. संरक्षणमंत्र्यांच्या सूचनेचा विचार करीत असताना जनरल चौधरी ले. ज. हरबक्ष सिंह यांच्याशी ९ सप्टेंबरला रात्री फोनवर बोलले. हरबक्ष सिंह यांनी आपल्या आत्मचरित्रात संभाषणाविषयी लिहिले आहे त्याप्रमाणे, '९ सप्टेंबरला रात्री उशिरा जनरल चौधरी यांनी फोन करून त्यांना सांगितले की, त्यांनी ११ कोअरच्या प्रमुखांना (मे. ज. *जोगिंदर सिंह यांना*) पाठविलेले पत्र वाचले आहे आणि अशा परिस्थितीत पाकिस्तानी रणगाड्यांच्या चढाईमुळे आणि भारतीय सेना घेरली जाऊ नये म्हणून हरबक्ष सिंह यांनी आपली सेना बियास नदीपर्यंत माघारी घ्यावी. या सूचनेवर हरबक्ष सिंह स्तंभित झाले व त्यांनी जनरल चौधरी यांना अशी सूचना करण्याअगोदर आघाडीवर प्रत्यक्ष येऊन परिस्थितीचे आकलन करावे, असे सुचविले.

हरबक्ष सिंह यांनी स्पष्टपणे सांगितले की, "युद्धक्षेत्रावर डावपेचासंबंधीची आज्ञा ते युद्धक्षेत्राचे आकलन करूनच देऊ शकतात." दूरध्वनीवर झालेल्या या संभाषणामुळे भूसेनाप्रमुख व पश्चिम सेना विभागाचे सेनाधिकारी यांच्यामध्ये गंभीर संघर्ष निर्माण होण्याची शक्यता स्पष्ट होती.

दुसऱ्या दिवशी सकाळी अंबाला विमानतळावर ले. ज. हरबक्ष सिंह यांनी भूसेनाप्रमुखांची भेट घेतली. त्या दोघांमध्ये गरमागरम चर्चा झाली. हरबक्ष सिंहनी आपले म्हणणे कायम ठेवले आणि अगदी स्पष्ट सांगितले की, "सेनाप्रमुखांना डावपेचाबद्दल हुकूम करायचा असल्यास त्यांनी आघाडीवर यायला हवे आणि त्यानंतरच त्यांची डावपेचाबद्दलची आज्ञा पाळायची किंवा नाही हे ठरविता येईल."

ह्या भेटीनंतर जनरल चौधरी निवळले होते व भोजनानंतर दिल्लीकडे परतताना त्यांची मन:स्थिती बरीच सुधारली होती. त्या सायंकाळी चव्हाणांनी केलेली नोंद अशी होती, "सायंकाळी अहवाल देण्यासाठी सेनाप्रमुख भेटले. आघाडीला त्यांची भेट त्यांना फायद्याची ठरली."

सेनाप्रमुख भेटीवर असताना असल उत्तर क्षेत्रात निर्णायक लढाई लढली जात होती.

खंड ५

धुमश्चक्री लढाया – सियालकोट आधाडी

भारतातील जम्मू आणि पाकिस्तानातील सियालकोट, ही दोन प्रमुख दळणवळण केंद्रे, सीमेच्या दोन्ही बाजूंवर वसली आहेत. पाकिस्तानच्या बाजूकडील भूप्रदेश सपाट आणि संबा-सियालकोट रेषेवरून उत्तरेकडून येणाऱ्या रणगाड्यांसाठी कोठेही मोठासा अडथळा नसणारा असा आहे. भारतीय सैन्याला दुसरा पर्यायी मार्ग म्हणजे गुरूदासपूरकडून होता. तिकडून चढाई करावयाची झाल्यास रावी नदी ओलांडावी लागणार होती.

संबा-सियालकोट या आपण निश्चित केलेल्या हल्ल्यासाठी जनरल चौधरी यांनी ले. ज. पी. एन्. दुन्न (Dunn) यांच्या नेतृत्वाखाली एका नवीन उभारलेल्या १ कोअरची नेमणूक केली होती. या कोअरच्या अधिपत्याखाली ६ व २६ नंबरच्या दोन डिव्हिजन आणि १ आर्मर्ड डिव्हिजन निश्चित केली होती. १ कोअरसाठी सेनेची जुळवाजुळव व दक्षिण हिंदुस्थानातून सैन्याची उत्तरेकडे हालचाल चालू असतानाच ऑपरेशन रिडल सुरू करणे अपरिहार्य झाले होते. त्या योजनेप्रमाणे लाहोर भागात ११ कोअरने आणि सियालकोट भागात १ कोअरने एकाच वेळी हल्ले चढवायचे असे निश्चित झाले होते; परंतु १ कोअरच्या सैन्याच्या जुळवाजुळवीत झालेल्या विलंबामुळे त्यांनी करावयाच्या हल्ल्याला ४८ तास उशीर झाला.

दुसरी आधाडी उघडण्याचा उद्देश शत्रूसेना छांब-अखनूर आणि खेमकरण-अमृतसर विभागांकडून दूर नेणे त्यांना भाग पाडावे हा होता. ले. ज. दुन्न यांचे खाली ६ माऊंटन डिव्हिजन मे. ज. एस्. के. कोरला यांच्या नेतृत्वाखाली आणि १ आर्मर्ड डिव्हिजन मे. ज. राजिंदर सिंह 'स्पॅरो' (MVC) यांच्या नेतृत्वाखाली होते. तसेच १४वा आणि २६वा पायदळ (Infantry) विभाग समाविष्ट होते.

ले. ज. स्परो हे सैनिकी सेवेत जनरल दुन्रपेक्षा वरिष्ठ होते. त्यातून नेतृत्व व नियंत्रणाचे प्रश्न उद्भवणारे होते आणि १ कोअरच्या प्रत्यक्ष मोहिमेमधून ले. ज. हरबक्ष सिंह यांना बहुअंशी दूर ठेवण्यामुळे या मोहिमेत सैन्याच्या तैनातीचे कार्य अधिकच गुंतागुंतीचे बनणार होते.

७-८ सप्टेंबरच्या मध्यरात्री ६वी व २६वी डिव्हिजन यांनी पुढे कूच केले. आपल्या दोन्ही बाजूला त्यांनी संरक्षक दले ठेवली. याचा मूळ उद्देश १ आर्मर्ड डिव्हिजनला फिलोराच्या दिशेने विद्युत गतीने आक्रमण करता यावे हा होता. त्याच वेळी १४व्या पायदळ विभागाच्या एका ब्रिगेडने शत्रू प्रदेशात शिरून तळ बनवायचा आणि त्या तळाचा उपयोग पहिल्या चिलखती विभागाचा वापर करण्यासाठी करायचा, हे ठरले होते. त्याच वेळी २६व्या पायदळ सेना विभागाने सियालकोट शहरावर उघड हल्ला चढवायचा होता.

सियालकोट भागातील युद्ध मुख्यत्वे, दोन्ही बाजूंच्या चिलखती दलांमधील लढाई, असे होते. त्या योजनेनुसार ८ सप्टेंबरला सकाळी ६ वाजता १ आर्मर्ड कोअर सीमा ओलांडून पुढे घुसली आणि साबापीर-धोबारा-फिलोरा ही रेषा धरून पुढे पुढे निघाली. तथापि, निरनिराळ्या युनिट्सची आगेकूच काहीशी गोंधळाच्या स्थितीत चालू झाली होती. दळणवळण यंत्रणा चांगल्या क्षमतेने काम करीत नव्हती आणि रणगाडा दल व त्याच्याबरोबरच्या पायदळाच्या तुकड्या यांच्यामध्ये समन्वय राहिला नाही. युद्धनीतीप्रमाणे रणगाड्यांनी जिंकलेला प्रदेश पायदळाने व्यापायचा असतो; पण त्या सायंकाळच्या सुमारास भारताची रणगाडा पथके चढाईच्या सुरुवातीला जिथे होती तेथवर मागे आली होती. परंतु तसे करताना जिंकलेला प्रदेश पायदळाने व्यापलेला नव्हता.

अगोदरच उल्लेख केल्याप्रमाणे हल्ला चढविण्यास ४८ तासांचा विलंब झाला होता. तद्नंतर आदल्याच दिवशी झालेल्या जोरदार पावसामुळे ले. ज. स्परो यांचे ४३ लॉरी पायदळ मोठ्या दलदलीत फसून जागेवरच अडकले होते. तसेच जी आर्मर्ड डिव्हिजन सियालकोट भागात खोलवर आणि पिछाडीतून घुसणार होती, ती आपल्या तळापासून साधारण फक्त ६.५ किलोमीटर्स सरकली होती. त्या वेळी प्रतिकारासाठी पाकिस्तानच्या फारच लहान चिलखती दलाशी त्याला सामना द्यावा लागला असता; परंतु प्रारंभीच्या धुमश्चक्रीनंतर १ आर्मर्ड डिव्हिजनला पुढील तीन दिवस पाऊस व दलदलीमुळे फिलोरा खेड्याच्या पिछाडीला

आसरा घ्यावा लागला. त्या तीन दिवसांत पाकिस्तानने आपल्या पॅटन रणगाड्यांची डिव्हिजन रेल्वेने लाहोरमार्गे सियालकोट विभागात आणली. परिणामतः भारताच्या आर्मर्ड डिव्हिजनसमोर आता पॅटन रणगाडे तोंड देण्यास सज्ज होते.

संघर्षमध्ये दोन रात्रींची विश्रांती मिळाल्यानंतर सप्टेंबर १०-११च्या मध्यरात्री १ आर्मर्ड डिव्हिजनच्या दोन ब्रिगेड फिलोरावर आक्रमणासाठी एकत्र आल्या आणि त्यांनी चिंचोळ्या आघाडीवर समोरून हल्ला चढविला. नंतर झालेल्या घनघोर धुमश्चक्रीमध्ये शेकडो रणगाड्यांनी मोठ्या दमाने भाग घेतला, ज्यात पाकिस्तानचे १०० पेक्षा जास्त रणगाडे नष्ट झाले. दोन्ही बाजूंची सैनिकहानी मोठ्या संख्येने झाली.

त्याच वेळी भारताच्या ४ व १७ आर्मर्ड रेजिमेंट यांनी शत्रूला चिमट्यात पकडण्यासाठी केलेल्या हालचालींमुळे फिलोरामध्ये पाकिस्तानचे रणगाडे अलग पडले आणि ते नष्ट होण्याचा धोका उद्भवला. त्या परिस्थितीत शत्रूने फिलोरा सोडून द्यायचे ठरविले. ११ सप्टेंबरला दुपारी भारतीय सेनेने फिलोरावरती कब्जा मिळविला.

फिलोरासाठीची लढाई मोठी दमछाकीची झाली होती. परंतु प्रदेश मिळविण्याच्या दृष्टीने त्या युद्धातून भारतीय सेनेला रूरकी-कलान भागात केवळ ५ कि.मी. पुढे सरकता आले. मुख्यतः शत्रूचे रणगाडे मोठ्या प्रमाणावर नष्ट झाल्याने पाकिस्तानी सेनादलाची ताकद कमी झाली होती व त्याचप्रमाणे मानसिक तोल बिघडलेला आणि हादरा खाल्लेला होता. त्या भीषण युद्धानंतर पाकिस्तानी सेनेचे पवित्रे बचावात्मक स्वरूपाचे राहिले. भारतीय चढाई उधळण्यासाठी आपण होऊन पुढाकार घ्यायचा प्रयत्न त्यांनी केला नाही.

१२ व १३ सप्टेंबरदरम्यान रात्री मे. ज. स्परो यांनी आपली १ आर्मर्ड डिव्हिजन विश्रांतीसाठी माघारी घेतली. त्यांचे पूर्ण लक्ष चाविंडावर गुंतले होते. चाविंडावर समोरून जोरदार हल्ला करण्याची त्यांची योजना होती. चाविंडावर हल्ला करायचा तेव्हा सियालकोटकडून शत्रूने त्यामध्ये अडसर घालू नये म्हणून त्या हल्ल्याच्या वेळी उजव्या बगलीचे रक्षण करणे अत्यावश्यक मानले होते. त्या उद्देशाने ६ डिव्हिजनला पागोवालकडे जाणारे रस्ते ताब्यात घ्यायचा हुकूम दिला गेला. १३ सप्टेंबरला सकाळपर्यंत ते काम पार पडले होते.

वरील सैनिकी कारवाया चालू असताना १३ सप्टेंबरला पाकिस्तानच्या

सैनिकी तुकड्या फिलोरावर हल्ले करीत होत्या. पण त्यांचे सर्व हल्ले परतवून लावले गेले.

सियालकोट भागातील लढाईत ले. ज. हरबक्ष सिंह व भूसेनाप्रमुख जनरल चौधरी यांच्यामधील बेबनाव परत दिसून आला. तो मुख्यत: सियालकोटवर कोणत्या बाजूने व कोणत्या सैन्यदलाने हल्ला करावा यासंबंधी होता. हरबक्ष सिंह यांच्या मते, इच्चोगिल कालव्याच्या पूर्व काठावर ताबा मिळविल्यानंतर राखीव ठेवलेल्या सेनेने नैनाकोट भागात रावी नदी ओलांडून सियालकोटवर जावे असे होते. हा भाग भारतीय हद्दीत मोडत असल्यामुळे त्यांचे मत रावी नदीवर तात्पुरता पूल बांधावा असे होते.

भूसेनाप्रमुख जनरल चौधरी यांनी ही मोहीम त्यांनी स्वत: योजल्याप्रमाणे सुरू केली होती. दोघांतील बेबनाव लक्षात घेता जनरल चौधरी यांनी ले. ज. हरबक्ष सिंह यांना सियालकोटवरील मोहिमेतून जवळजवळ दूर ठेवले होते. परंतु हरबक्ष सिंह यांच्या अधिपत्याखाली सर्व सेना युद्धक्षेत्रात असल्यामुळे त्यांनी स्वत: या मोहिमेवर सूक्ष्म लक्ष ठेवले होते. ८ सप्टेंबरच्या प्रारंभीच्या धुमश्चक्रीनंतर युद्धक्षेत्रावर काही प्रगती नव्हती हे कळताच हरबक्ष सिंह यांनी १ कोअरच्या अधिकाऱ्याला आर्मर्ड डिव्हिजन पुढे का कूच करत नाही म्हणून खुलासा मागितला. त्या वेळी त्यांना सांगण्यात आले की, भूसेनाप्रमुख जनरल चौधरींकडून त्यांना दूरध्वनीवरून 'आपली मान फार पुढे जाऊन अडकवू नका' अशी आज्ञा मिळाली आहे. त्यावर ले. ज. हरबक्ष सिंह यांनी भूसेनाप्रमुखांना दूरध्वनीवरच कडक विरोध दर्शविला व डावपेचांबद्दल अशा आज्ञा देण्याचा तुम्हास अधिकार नाही असे ठणकावले. भूसेनाप्रमुखांनी त्याबद्दल माफी मागितली असे ले. ज. हरबक्ष सिंह यांनी आपल्या आठवणीत लिहिले आहे.

शनिवार, सप्टेंबर ११, १९६५

चव्हाणांची नोंद

सकाळच्या बैठकीमध्ये आघाडीवरील परिस्थितीचे काहीसे आशादायक व उत्तेजन वाटण्याजोगे दर्शन झाले. पंतप्रधानांच्या उपस्थितीत

नौसेनेचे उपप्रमुख (ॲडमिरल एस्. एम्. नंदा) यांच्याशी चर्चा झाली. आवश्यक ते आदेश त्यांना दिले गेले.

मंत्रीमंडळ आणीबाणी समिती बैठकीत विस्तृत चर्चा झाली. त्यात एक महत्त्वाचा निर्णय झाला. तो म्हणजे युद्धात लढताना जे मरण पावले त्यांच्या कुटुंबीयांना ७ वर्षपर्यंत ते मृत्यू पावलेल्या वेळी घेत असलेल्या पगाराच्या दोन तृतीयांश इतके पेन्शन (निवृत्तीवेतन) द्यायचे.

भूसेनाप्रमुखांच्या माध्यमाने बातमी आली की, कसूर (लाहोर आघाडी) क्षेत्रात शत्रूचे १७ रणगाडे नष्ट केले. दिवस चांगला फायदेशीर झाला. संध्याकाळी पक्षाची बैठक झाली. मी त्यांना ही बातमी दिली आणि त्यावर आनंदाची एकच लाट उसळली.

सकाळी झालेल्या बैठकीत संरक्षणमंत्र्यांनी सियालकोट आघाडीवर झालेल्या प्रगतीचा आढावा घेतला. जनरल चौधरींना संबा-सियालकोट अक्षावर उत्तरेकडून हल्ला करावा ही योजना स्वीकाराह झाली होती. त्यासाठी १ चिलखती विभाग (1 Armoured Division) जास्तीतजास्त परिणामकारकपणे वापरता आला असता. अचानक व अनपेक्षित हल्ला फार महत्त्वाचा होता व अगदी उशिरात उशिरा आवश्यक क्षणी त्या युद्धक्षेत्रात सैनिक धाडायचे असे ठरले गेले होते.

खेमकरण युद्धक्षेत्रात पाकिस्तानला मोठा पराभव पत्करावा लागला हे ११ सप्टेंबरच्या सायंकाळपर्यंत स्पष्ट झाले होते. हेही स्पष्ट होते की, खेमकरण भागात आक्रमक कृती करण्याची पाकिस्तानी स्थिती नव्हती. पण अशाही परिस्थितीत स्वत:चे संरक्षण करण्याइतपत पाकिस्तानी सैन्य बळकट होते व त्यांनी खेमकरण शहराभोवती बळकट संरक्षक मोर्चेबांधणी केली. शहराच्या दोन्ही बाजूंवर कडक संरक्षक मोर्च्यांची बांधणी आहे याची माहिती भारतीय सैन्याला मिळाली होती. परंतु असल उत्तरजवळ रणगाड्यांच्या लढाईत जे भरघोस यश मिळाले होते, बहुधा त्याच्या परिणामस्वरूप भारतीय सेनेच्या अधिकाऱ्यांनी ११ व १२ सप्टेंबरच्या मध्यरात्री घाईगडबडीने एक कृती करण्याचे ठरविले. दुर्दैवाने त्या कृतीत अनेक भारतीय सैनिक मृत्युमुखी पडणार होते.

लष्करी कारवाया

सेनेचे प्रभाग सेनापती व भूसेनेचे सरसेनापती यांनी असल उत्तर लढाईबद्दल साशंकता दर्शविली होती. अशा परिस्थितींत तेथील लढाईत ४ माऊंटन डिव्हिजनने शत्रू लुळापांगळा करण्याजोगा तडाखा दिला होता. ले. ज. हरबक्ष सिंह यांना हा क्षण परम आनंदाचा होता. त्यांचा उत्साह व आणखी लक्षणीय विजय मिळविण्याची महत्त्वाकांक्षा यामुळे खेमकरण भागात लवकरच जवळजवळ सर्वनाशाची वेळ येऊन ठेपेल याची त्यांना जाणीव नव्हती.

जे घडले त्याचे वर्णन चव्हाणांनी १३ सप्टेंबरला केले, "ले. कर्नल अनंत आणि ३०० शीख सैनिक यांच्या प्रकरणी काल बिनडोक प्रसंग घडला.'' (त्या प्रसंगाविषयी पृ. ६८ वर पुढे लिहिले आहे.)

चाविंडासाठीची लढाई

१२ सप्टेंबरची सकाळ उजाडली तेव्हा सियालकोट भागात पाकिस्तान बचावात्मक पावित्र्यात ढकलले गेले होते. खेमकरण घेण्यासाठी घाईघाईने चढविलेला हल्ला महाग पडला होता. भारतीय सेनेजवळच्या रणगाड्यांपेक्षा आपल्याजवळचे पॅटन रणगाडे श्रेष्ठ असल्याच्या विश्वासाच्या प्रौढीमध्ये पाकिस्तानने युद्धाला प्रारंभ केला होता. खेमकरणच्या लढाईमध्ये १० सप्टेंबरला त्यांच्या ४ रणगाडा दलाचा (कॅव्हलरी) विनाश झाला आणि ११ सप्टेंबरला फिलोराच्या लढाईमध्ये आणखी दुसरी रणगाडा रेजिमेंट नष्ट झाली. त्यामुळे पाकिस्तानी रणगाडा दल सेनानींचे आणि त्यांच्या वरिष्ठ मुख्य अधिकाऱ्यांचे अवसान गळाले असलेच पाहिजे.

१३ सप्टेंबरला १ कोअरच्या सेनापतीने चाविंडा जिंकण्यासाठी पहिला चिलखती विभाग योजायचे ठरविले. दोन्ही बाजूंत घनघोर लढाई झाली. ती दिवसभर चालू राहिली. तो दिवस परस्परांची दमछाक करण्यात व अपेक्षाभंगात गेला.

१२ व १३ सप्टेंबर रोजी दोन्ही बाजू आपापल्या जखमा सावरण्यात व पुढील लढाईची तयारी करण्यात मग्न होत्या. या दोन दिवसांत भारतीयांनी आणखी दोन भागांत लक्षणीय पुढाकार घेतला होता. डोंगराळ हाजीपूर फुगीर भागात पूंछकडून आलेल्या आपल्या सेनादलाने हाजीपूरच्या सेनादलाबरोबर हातमिळवणी साधली आणि पाकव्याप्त काश्मीरचा मोठा प्रदेश ताब्यात आला. या युद्धक्षेत्राहून दूर, राजस्थानच्या

बारमेर भागात पाकिस्तानचा तिकडील सेना विभाग अडकवून ठेवण्याच्या उद्देशाने भारताने चढाई सुरू केली होती.

पेशावरवर हल्ला करण्यात चव्हाणांनी भूसेनाप्रमुखांना हिरवा कंदील दाखवला होता. १३ व १४ सप्टेंबर दरम्यानच्या रात्री ते काम पार पाडण्यात आले.

खंड ६
निर्बुद्धपणाचा प्रसंग

११ सप्टेंबरला सायंकाळ झाली तेव्हा पाकिस्तानच्या पदरी मोठे अपयश पडले. खेमकरण भागात आक्रमक कारवाई करण्याची त्यांची स्थिती राहिली नव्हती ही गोष्ट स्पष्ट दिसत होती. तथापि, स्वतःचे संरक्षण करण्याएवढी त्यांची ताकद होती आणि खेमकरण शहराच्या भोवताली त्यांनी बळकट संरक्षक मोर्चे धरले होते. दोन्ही बगलांवर त्यांचे असे संरक्षक मोर्चे विस्तारलेले होते. ही गोष्ट ठाऊक असतानाही कदाचित असल उत्तरच्या रणगाड्यांच्या लढाईतील यशामुळे, भारतीय सेनाधिकाऱ्यांनी ११ व १२ सप्टेंबरच्या रात्री असे एक काम हाती घ्यायचे घाईघाईने ठरविले की ज्याचा शेवट आपल्या अनेक सैनिकांची कत्तल होण्यात व मानभंग होण्यात होणार होता.

युद्धाच्या आघाडीवर सियालकोट भागातील अहवाल उत्साहवर्धक होते. मात्र खेमकरण येथे घडलेला प्रसंग मानहानीकारक होता. चव्हाणांनी त्याची नोंद 'ले. क. अनंत सिंह यांचेबद्दलचा निर्बुद्धपणाचा प्रसंग' अशा शब्दात केली. तेथील मुख्य सेनापतीनेच आपल्या रेजिमेंटचे नाव अधिक उज्ज्वल व्हावे म्हणून शारीरिकदृष्ट्या थकलेले सेनाधिकारी व त्यांचे सैनिक, त्यांची इच्छा नसताना खेमकरण जिंकायला ढकलल्यामुळे ही दुःखद घटना घडली.

असल उत्तर येथे पाकिस्तानी सैनिकांना पलायन करावे लागले होते. त्यानंतर अशी योजना ठरवली गेली की, ४ माऊंटन डिव्हिजनच्या अधिपत्याखाली पायदळाची एक बटॅलियन आणि ७ ब्रिगेड यांनी खेमकरणच्या पूर्वेकडील खेड्यांमधून लपूनछपून रात्री खेमकरणमध्ये शिरायचे. बटॅलियनने ७ ब्रिगेडच्या हल्ल्याला सहाय्य म्हणून शत्रूवर गोळीबार चालू ठेवायचा. शत्रूच्या पिछाडीकडून हा मारा करायचा. अशा प्रकारे शत्रू सैनिकांत घबराट निर्माण करायची आणि खेमकरण ताब्यात

घेणे सोपे करायचे. या मोहिमेचे यश गुप्तपणे खेमकरणमध्ये शिरण्यात आणि त्यानंतर बटॅलियनने पार पाडायच्या भूमिकेच्या यशावर होते.

४ माऊंटन डिव्हिजनच्या मुख्य सेनाधिकाऱ्यांना ही मोहीम करण्याबद्दल विचारण्यात आले. पण आपल्या सेना विभागातून यासाठी पुरेसे सैनिक उपलब्ध करणे शक्य नाही असे ते म्हणाले. जवळपास असणाऱ्या ब्रिगेडमधून एखाद्या बटॅलियनकडे हे काम सोपवणे शक्य होते. तथापि, सेना विभाग प्रभाग आणि ४ माऊंटन डिव्हिजनचे प्रमुख सेनानी यांच्यामध्ये असे मान्य झाले की, आदल्या रात्री शौर्याने लढलेल्या ४ शीख बटॅलियनकडे हे काम सोपवावे.

हा निर्णय घेताना, शीख रेजिमेंटचे पश्चिम विभाग सेनाप्रमुख ले. जनरल हरबक्ष सिंग, जे कर्नल कमांडर होते त्यांचा हेतू शीख रेजिमेंट्सचे शौर्य व स्वाभिमान ठळकपणे दिसावा, हा होता. १२ सप्टेंबर हा ४ शीखांचा बॅटल ऑनर सरगढी दिवस होता. त्या दिवशी १८८७ मध्ये ४ शीखच्या, २१ सैनिकांनी हवालदार ईशार सिंगच्या नेतृत्वाखाली कर्तव्यपालनासाठी सर्वश्रेष्ठ त्याग व शौर्य यांची नवी पराक्रमगाथा लिहिली होती. त्यांच्यावर सुमारे २० हजार ओराझाई आणि आफ्रिदी टोळ्यांनी हल्ला केला तेव्हा त्यांच्यामधील प्रत्येकजण हल्लेखोर टोळीवाल्यांच्या धाडीबरोबर लढत कामी आला. त्याला साजेशी आणि एकमेव अपवादभूत कृती म्हणून, त्या सर्व २२ जणांना मरणोत्तर इंडियन ऑर्डर ऑफ मेरिट (IOM) देण्यात आले. भारतीय सैनिकांना दिल्या जाणाऱ्या शौर्यपदकात त्या काळी हा सर्वश्रेष्ठ सन्मान होता. हरबक्ष सिंहना वाटले असावे की, शीख रेजिमेंटचे कर्नल कमांडर या नात्याने त्यांना ४ शीखला सरगढी पराक्रमाच्या गाथेमध्ये भर घालण्याची ही संधी देवानेच दिली आहे.

जनरल हरबक्ष सिंह यांनी ले. कर्नल अनंत सिंह यांना बोलावून हे कठीण कार्य हाती घेण्याची त्यांची तयारी आहे का असे स्वत: विचारले. आपले कर्नल कमांडर आणि मुख्य सेनापती यांनी असे तोंडावर स्पष्ट विचारल्यावर अनंत सिंह यांनी ते आव्हान स्वीकारले. अनंत सिंह यांना स्वत:ला आणि त्यांच्या सहकारी सैनिकांना गेल्या दोन रात्री झोप मिळू शकली नव्हती आणि बराकीवर केलेल्या हल्ल्यात त्यांच्या बटॅलियनमधील १५० सैनिक जखमी वा मृत झाले आहेत याचा उल्लेखदेखील त्यांनी

केला नाही. १२ सप्टेंबर, सरगढी दिवस, अशा तऱ्हेने या मोहिमेशी जोडला गेला. यातून एक मोठा अनर्थ घडला.

समोरून हल्ला करून मोहिमेत भाग घेण्यासाठी जी ७ माऊंटन ब्रिगेड होती, त्याचे प्रमुख ब्रिगेडियर सिधू होते. त्यांच्या लक्षात आले की, ४ शीख किंवा २ महार रेजिमेंट, जी या मोहिमेत भाग घेणार होती, त्यांनी हा प्रदेश पाहिलाच नव्हता. म्हणून त्यांनी सुचविले की, मोहीम २४ तास पुढे ढकलावी. ४ माऊंटन डिव्हिजनचे मुख्य सेनानी ले. ज. हरबक्ष सिंह यांनी ठामपणे सांगितले की, मुख्य सेनापतींनी ठरविल्याप्रमाणे ११ व १२ सप्टेंबर दरम्यानच्या रात्रीच मोहीम व्हायला हवी. ती पुढे ढकलणे शक्य नव्हते कारण १२ सप्टेंबर हा 'सरगढी' दिवस होता. मोहीम पुढे ढकलण्यासाठी सर्व मार्गांचा अवलंब व्यर्थ ठरल्यावर ले. कर्नल अनंत सिंह यांनी आपली जास्तीतजास्त शर्थ करायचे ठरविले. केवळ दोनशे सैनिकबळ राहिले असताना ४ शीखने मध्यरात्री रेल्वेमार्गाच्या बाजूने कूच केले.

भरभर आगेकूच करीत असताना अडथळा नको म्हणून त्यांनी आपल्याजवळच्या रणगाडाविरोधी तोफा पाठीमागे सोडून दिल्या. सिग्नल सैनिक गट त्या रात्रीच्या वाटचालीत मुख्य लढाऊ गटापासून अलग पडला आणि ४ शीखचे कोणाशीही दळणवळण राहिले नाही. त्यांनी १२ सप्टेंबरला पहाटे ४.४५ वाजता उंच उंच पिकात ते खेमकरणच आहे असे समजून आसरा घेतला. ४ शीखना हे माहीत नव्हते की आपण जिथे लपलो आहोत त्याचे शेजारीच पाकिस्तानी रणगाड्यांची एक तुकडी विश्रांती घेत होती. पहाटे उजेड होताच शीखांना पाहून पाकिस्तानी आश्चर्यचकित झाले. आपल्या रणगाड्यांमध्ये त्यांनी उड्या घेतल्या आणि मशीनगन्सचा मारा सुरू करीत शीख सैनिकांना पकडले. ले. कर्नल अनंत सिंह आणि १२६ सैनिकांना पकडून कैदी करण्यात आले. आणखी २०जण ठार झाले. आदल्याच रात्री ज्या युनिटने उज्ज्वल नाव मिळवले होते, त्याला लाजिरवाण्या पराभवास तोंड द्यावे लागले.

दुसऱ्या दिवशी खेमकरणकडे जाणाऱ्या उपकालव्याजवळ २ महारचे सैनिक आले तेव्हा पाक विमानांनी त्यांचेवर पुन्हा पुन्हा हल्ले चढविले. मोठ्या प्रमाणावर हानी झाल्यावर २ महारने माघार पत्करली. त्यानंतरही

त्यांनी प्रयत्न चालवले पण खेमकरणवरील त्यांचे हल्ले अपयशी झाले. त्यांनी आपले अकरा रणगाडे गमावले, २ महारचे तीन अधिकारी, तीन ज्युनिअर कमिशन्ड ऑफिसर्स व पंचेचाळीस जवान ठार झाले. त्याखेरीज तीन अधिकारी, चार ज्युनिअर कमिशन्ड अधिकारी व त्र्याऐंशी जवान जखमी झाले. हल्ल्यातील पराभवामुळे ब्रिगेडियर सिधू यांचा सैनिकी दर्जा घटवण्यात आला.

दुसऱ्या दिवशी ही हकीकत चव्हाणांना समजली आणि १३ सप्टेंबरला त्यांची नोंद आहे : **'ले. कर्नल आणि त्यांच्या ३०० शीख सैनिकांचा तो 'निर्बुद्ध प्रसंग' काल घडला होता'.**

खंड ७
अनिर्णायक युद्धस्थिती – गतिमान शिष्टाई

रविवार, सप्टेंबर १२, १९६५

चव्हाणांची नोंद

यू थांट आज आले आहेत. दुपारी ४ वाजता पंतप्रधानांना ते भेटले. सकाळची बैठक– सियालकोटचा पुढला आणखी काही कार्यक्रम ठरवून दिला गेला. काश्मीरचे (मंत्री) डी. पी. धर मला भेटायला आले. एकंदर परिस्थितीवरील आपली मते त्यांनी दिली. पेशावरबद्दल हवाईसेनाप्रमुखांना ठीक आहे अशी अनुमती दिली. जेव्हा त्यांना (एअर मार्शल अर्जन सिंग) एखाद्या नव्या कामगिरीवर कृतीची परवानगी मिळते, तेव्हा हवाईसेनाप्रमुख एखाद्या पक्ष्याप्रमाणे आनंदाने नाचत चालताना वाटतात. खराखुरा लढवय्या शीख आणि तरीदेखील किती हळुवार मृदु वर्तनाचा.

सायंकाळी ७ वाजता पंतप्रधानांबरोबर बैठक. त्यांनी मला आणि सरदारजींना (विदेश व्यवहारमंत्री स्वर्णसिंग) यू थांट यांच्याबरोबर झालेल्या आपल्या चर्चेचा तपशील सांगितला.

सोमवार, सप्टेंबर १३, १९६५

चव्हाणांची नोंद

मंत्रीमंडळ आणीबाणी समिती बैठक. सकाळी ९ वाजता यू थांट यांचे प्रस्ताव आमच्यापुढे ठेवले गेले. त्यांना अंतिम उत्तर १५ (सप्टेंबर)ला सकाळी हवे. आम्ही– मुख्यत: मी व टी. टी. (कृष्णम्माचारी) यांनी– काही अटी घालून प्रस्ताव स्वीकारावेत असा आग्रह धरला; पण अखेरीस एकमत होऊ शकले नाही.

सकाळची बैठक : सगळीकडे धीमी प्रगती चालू. ले. कर्नल अनंत सिंह आणि त्यांच्या ३०० शीख सैनिकांचा तो 'निर्बुद्ध प्रसंग' काल घडला होता.

राष्ट्रपतींबरोबर यू थांट यांचा खाना.

दुपारी ४ वा. संसदीय काँग्रेस पक्ष कार्यकारिणीला नित्याप्रमाणे युद्धपरिस्थिती निवेदन– शांतता प्रस्तावावर. तिच्यात फार टीका.

सायंकाळी ६.३० वा. पुन्हा मंत्रीमंडळ आणीबाणी समिती बैठक. त्यात सर्वसाधारण मतप्रवाह ठरला की, चकमकी थांबवण्याचा प्रस्ताव आपण मान्य करावा– मात्र खालील दोन मुद्द्यांवर आपली भूमिका स्पष्ट करावी.

१) काश्मीरमध्ये जी नवी ठाणी व्यापली ती सोडणार नाही कारण घुसखोरीला प्रतिबंध करावयाला ती अत्यावश्यक आहेत.

२) याच्यापुढे भारताच्या दृष्टीने काश्मीर हा राजकीय पातळीवर वाटाघाटी करायचा विषय राहिलेला नाही.

यू थांट यांच्या सन्मानार्थ पंतप्रधानांनी दिलेला खाना शिष्टाचाराप्रमाणे पार पडला.

मंत्रीमंडळातील मतभेदांचे वृत्त सेलिग एस. हॅरिसन यांनी *वॉशिंग्टन पोस्ट*च्या १४ व १५ सप्टेंबरच्या अंकामध्ये दिले होते. त्यानुसार शस्त्रसंधी केव्हा लागू करावी त्या वेळेबद्दल मंत्र्यांत एकवाक्यता नव्हती. जनरल चौधरींचे आग्रही मत होते की, सध्याच्या क्षणी चकमकी थांबवू नयेत आणि भारतीय सैन्य पंजाबमध्ये निर्णायक विजय मिळविण्याच्या टप्प्यात पोचले असून पाकिस्तानी (युद्ध) बळाची जास्तीतजास्त हानी करण्यासाठी त्यांना वेळ द्यायला हवा. सेनादल प्रमुखांच्या म्हणण्याला संरक्षणमंत्र्यांचा जोरदार पाठिंबा होता, असेही या वृत्तात म्हटले होते. त्याउलट, हॅरिसनच्या म्हणण्यानुसार संयुक्त राष्ट्रसंघाचा ठराव स्वीकारावा अशी भूमिका पंतप्रधानांनी ठेवली.

मंत्रीमंडळ समितीत मतभेद असल्यामुळे उत्तर द्यायची मुदत भारताने वाढवून मागितली. सरचिटणीसांनी ती विनंती मान्य केली व दोन्ही देशांना त्यांनी अधिकृत सूचना केली की, संकल्पित शस्त्रसंधीची वेळ सप्टेंबर १५ सायं. ६.३० वाजेपर्यंत पुढे ढकलली आहे.

मंगळवार, सप्टेंबर १४, १९६५

चव्हाणांची नोंद

सकाळची बैठक. नेहमीप्रमाणे विशेष काही घडलेले नाही.
भूसेनाप्रमुखांचा अहवाल आला. हे जरासे चमत्कारिक वाटते. घटना
का घडत नाहीत हे मला आता शोधून काढायलाच हवे. आज आणि
उद्या त्यात मला (खोलात) लक्ष घातले पाहिजे.

हवाईसेनाप्रमुखांनी पेशावर भेटीबद्दल माहिती अहवाल दिला.
बॅरकपूर व आगरतळा येथील पाकिस्तानी (विमान) हल्ल्यांच्या
बातम्या आल्या. पूर्व पाकिस्तानमध्ये कारवाया करायला आम्ही
परवानगी द्यावी याबद्दल हवाईसेनाप्रमुख आग्रही होते. एक दिवस
थांबा असे मी त्यांना सांगितले.
वरीलप्रमाणे आणखी एखादी घटना झाली की कृती करायला ते
मोकळे झाले.

नौसेनाप्रमुखाशी त्यांच्या योजनांबद्दल बोलणे झाले. काहीतरी
करण्याबद्दल ते फारच हट्टाग्रही आहेत. मला त्यांना आवरून धरावे
लागले.

प्रधान (प्रस्तुत लेखक) मला भेटण्यास आले. जिनिव्हाहून ते आत्ताच
परतले आहेत. त्यांनी काम करायची उत्सुकता दर्शवली. मला फार
बरे वाटले.
दुपारी, विरोधी पक्षांच्या पुढाऱ्यांना पंतप्रधानांनी बोलावले होते.
मंत्रिमंडळ आणीबाणी समिती (आणि) संसदीय काँग्रेस पक्षाच्या
कार्यकारिणीनेदेखील (यू थांट यांना पाठवायच्या उत्तराचा) मसुदा
मान्य केला.
दुपारी ४ वा. मंत्रिमंडळ आणीबाणी समितीची पुन्हा बैठक भरली. या
वेळी काल जो मसुदा तयार होता त्यापेक्षा निराळाच मसुदा
पंतप्रधानांपुढे ठेवला. (चव्हाणांनी येथे मराठी भाषेत लिहिले आहे :
'ही हातचलाखी मला आवडली नाही.') हा नवा मसुदा फार पाल्हाळ
लावणारा व संदिग्ध आहे, असे मला जाणवले. मी ते बोलूनही

दाखवले. भूसेनाप्रमुखांनी काही बदल सुचवलेत.

दुपारी ५ वा. माझ्या कचेरीमध्ये यू थांट यांच्याबरोबर माझी सुमारे ४५ मिनिटे चर्चा झाली. ५ ऑगस्टपासून घडत गेलेल्या प्रसंगांची उजळणी झाली. आणि माझे मत मी त्यांच्यापुढे स्पष्ट सांगितले. संरक्षण सचिव आणि जनरल चौधरी यावेळी हजर होते.

बुधवार, सप्टेंबर १५, १९६५

चक्काणांची नोंद

मंत्रीमंडळ आणीबाणी समिती बैठक. यू थांट यांना द्यायच्या उत्तराचा विचार करण्यासाठी थोडीफार चर्चा झाल्यावर त्यांना पाठवायचे उत्तर अधिक चांगल्या– पटण्याजोग्या– भाषेत लिहायचे ठरले; पण यू थांट यांनी पुन्हा भारत व पाकिस्तान यांना समान लेखले आहे, हे फार चमत्कारिक वाटते.

काँग्रेस संसदीय पक्ष कार्यकारिणीची दुपारी ४ वाजता बैठक. त्यात नेहमीच्या पद्धतीने चर्चा झाली. आघाडीवर काय घडत आहे त्याबद्दल त्यांना मी थोडी माहिती दिली. पुन्हा दुपारी ५ वाजता मंत्रीमंडळ आणीबाणी समिती बैठक.

यू थांट यांनी आणखी एक प्रस्ताव दिला. त्यात त्यांनी मध्यस्थीची तयारी दर्शवली आहे. तशा प्रस्तावाने पंतप्रधानदेखील चकित झाले. याचा अर्थ आपल्या युद्धबंदी प्रस्तावाला अपयश येणार, असेच यू थांट धरून चाललेत काय?

हा सर्व प्रकार यांत्रिकी (Mechanical) स्वरूपाचा (कळसूत्री बाहुल्यांचा) वाटायला लागतो.

युद्धप्रयत्न, त्यात कोणतीही शिथिलता न आणता, कमी न करता, चालू राहणार आहे, अशी घोषणा नभोवणीवरून करायला पंतप्रधानांनी मान्यता दिली.

सायंकाळी ६ वाजता तीनही संरक्षणदल प्रमुखांना भेटलो. मंत्रीमंडळ

आणीबाणी समितीच्या निर्णयाबद्दल मी त्यांना सांगितले आणि आपल्या युद्धसंबंधी डावपेचांची पुन्हा सूक्ष्म तपासणी/उजळणी करायला सांगितले. ते दोघेही, भूसेना व हवाईसेना प्रमुख उद्या आघाडी क्षेत्रात चर्चाविनिमयासाठी जात आहेत.

गुरुवार, सप्टेंबर १६, १९६५

चव्हाणांची नोंद

आज सकाळी बैठक नव्हती. थेट लोकसभेत गेलो. यू थांट यांच्याबरोबरच्या वाटाघाटी आणि त्यांचे निष्कर्ष यावर पंतप्रधानांनी निवेदन केले. सभागृहात त्याचे फार चांगले स्वागत झाले. सर्व विरोधी पक्ष पुढाऱ्यांनी सरकारने घेतलेल्या भूमिकेला पाठिंबा दिला. त्यातील फक्त डॉ. राम मनोहर लोहिया त्यांच्या स्वतःच्या खास शैलीत म्हणाले : आम्ही सेनादलाच्या पाठीशी आहोत, आम्ही सरकारच्या पाठीशी नाही.

एका मोठ्या राष्ट्रीय प्रश्नावर सर्व पक्षांची ती एकजूट पाहताना आधार वाटत होता.

दुपारी १२ वाजून ४५ मिनिटांनी मी ले. ज. कुमारमंगलम् यांना काही चर्चेसाठी बोलावून घेतले. गेल्या आठवड्यात घडलेल्या घटनांचे आम्ही पुनरावलोकन केले. ८ व ९ सप्टेंबर हे दिवस अत्यंत महत्त्वाचे ठरले. यावर आम्हा दोघांचे मतैक्य होते. त्या वेळी एका क्षणी, एकंदर स्थिती काहीशी निराशाजनक दिसू लागली. तथापि, भूसेनेच्या मुख्यालयाने आणि वेस्टर्न कमांड मुख्यालयाने निग्रही व ताठर भूमिका कायम ठेवल्याने त्या वेळी बचाव झाला. भूसेनेच्या मुख्यालयामध्ये, कुणी एका अगदी वरिष्ठाने तर बियास (नदी)पर्यंत माघार घ्यायचा उल्लेख केला होता; पण सुदैवाने ती कल्पना ताबडतोब धुडकावली गेली.

जनरल के. (कुमारमंगलम्) यांच्या मते, पाकिस्तान आणखी एक मोठा व धडाकेबाज हल्ला करेल हे नक्की. तो कोठे करेल? त्यांचे मते सियालकोट.

सायंकाळी ६ वाजता भूसेना व हवाईसेनेचे प्रमुख आले आणि

आघाडीवरील युद्धक्षेत्राबद्दल त्यांचे मत काय बनले ते सारांशरूपाने सांगितले.

आघाडीवर असलेली ही थंडाई (स्टेलमेट) व अडथळा मोडलाच पाहिजे, असा मी आज आग्रह धरला आहे.

असे काहीतरी केले पाहिजे, की ज्याचे (प्रेसिडेंट) अयूबवरती मोठे दडपण येईल.

१६ सप्टेंबरला सकाळची बैठक झाली नाही कारण संरक्षणमंत्र्यांच्या सूचनेनुसार भूसेनाप्रमुख व हवाईसेनाप्रमुख हे आघाडीची पाहणी करण्यासाठी गेले होते. सैन्याच्या मोहिमांबद्दल भूसेना उपप्रमुखांबरोबर चव्हाणांनी बराच वेळ चर्चा केली. ले. जनरल कुमारमंगलम् यांच्या निर्णय क्षमतेवर त्यांचा विश्वास होता.

त्या परिस्थितीत सियालकोट भागातील अनिर्णित लढाई शेवटास नेण्याची चव्हाणांना उत्सुकता होती. युद्धबंदी जवळ येत आहे हे त्यांना ठाऊक होते आणि त्याच्या जोडीला चीन देत असलेल्या धमक्यांकडे ते 'किरकोळ स्वरूपाच्या' असे मानू शकत नव्हते.

दुर्दैवाने पाकिस्तानने फिलोरा जिंकून परत घेतले होते आणि चाविंडासंबंधी भारतीय सैनिकांना निर्णायक कृती करता आली नव्हती. त्यातल्या त्यात एक चांगली बातमी म्हणजे पुष्कळशा झालेल्या चकमकींमध्ये भारतीयांनी पाकिस्तानचे किमान २४० रणगाडे नष्ट केले होते.

लष्करी मोहिमा

सियालकोट आघाडीवर फार कमी हालचाल होती. त्यामुळे संरक्षणमंत्र्यांची जिज्ञासा चाळवली गेली होती. भूसेनाप्रमुखांनी सकाळच्या बैठकीत 'विशेष असे काही नाही' असा दिलेला अहवाल काहीसा निराळाच वाटला होता. 'घटना घडत का नाहीत?' हे शोधून काढायचा निर्णय त्यांनी केला होता.

चाविंडाच्या लढाईसाठी दोन्ही बाजूंना उसंत मिळाल्यामुळे लढाईसाठी दोन्ही पक्ष सज्ज होते. १० सप्टेंबरला खेमकरण भागातील आक्रमक चढाईत निर्णायक यश मिळाले नाही म्हणून आता चाविंडाच्या संरक्षणाची लढाई तरी मुळीच हरायची नाही, असा दृढ निश्चय पाकिस्तानच्या सेनानींनी केला होता. त्याच वेळी फिलोरा येथे मिळालेल्या विजयाने

भारताच्या रणगाडा दलांच्या सैनिकांचा आत्मविश्वास आणि लढाऊ बाणा यात भर पडली होती आणि असल उत्तर येथील विजयाच्या वृत्तानंतर त्यांचे मनोबळ दुप्पट वाढले होते. १३ सप्टेंबर रोजी १ कोअरच्या मुख्य सेनापतींनी १ आर्मर्ड डिव्हिजनचा चाविंडा जिंकण्यासाठी उपयोग करायचे ठरविले.

सप्टेंबर १४ उजाडताच लढाई जुंपली. भयंकर लढाई चालू होती आणि दिवसभर ती चालू राहिली. एकमेकांची दमछाक करायचा आणि निराश पावण्याचाच तो दिवस ठरला. चाविंडासाठीचा हा संग्राम कित्येक दिवस चालूच राहणार होता. प्रत्यक्ष चकमकींमधील शैथिल्य आणि भारतीय सेनाधिकाऱ्यांकडून कोणत्याही प्रकारच्या उपक्रमशीलतेचा अभाव यामुळे या भागात आपली संरक्षणव्यवस्था अधिक बळकट करण्याची पाकिस्तानला संधी मिळाली होती.

१७ व १८ सप्टेंबरदरम्यान चाविंडावर आणखी एक हल्ला करायचे ठरले होते पण तो २४ तास पुढे ढकलला गेला. शेवटी १८ व १९ सप्टेंबरमधील रात्री तो हल्ला सुरू झाला. परंतु हल्ल्याची सुरुवात योजनेप्रमाणे झाली नाही व त्यात अनपेक्षितता राहिली नव्हती. भारताच्या ३६ व ५८ या दोन ब्रिगेडनी मोठ्या त्वेषाने हल्ला केला. त्याला पाकिस्तानी सैन्याने अत्यंत तीव्र भडिमार करून उत्तर दिले. रणगाड्यांचे संरक्षण न मिळाल्यामुळे भारतीय पायदळाच्या तुकड्या फुटल्या आणि आजुबाजूच्या प्रदेशात सैनिक पळून गेले. ब्रिगेडच्या आणि बटॅलियनच्या अधिकाऱ्यांनी आपापले सैनिक एकत्र ठेवण्याचे शर्थीचे यत्न केले पण त्यात यश आले नाही.

चाविंडाच्या लढाईत दोन्ही पक्षांकडून जास्तीतजास्त सैनिकबळ इतर भागांमध्ये गुंतवून ठेवून प्रतिपक्षाचे सैनिक चाविंडाकडे येऊ देऊ नयेत असे प्रयत्न झाले. अटीतटीच्या चकमकी झाल्या. त्यात दोन्ही बाजूंचे मोठे नुकसान झाले. त्याचसमयी युद्धबंदी लवकरच होणार या वार्तेमुळे सियालकोट क्षेत्रात एकंदर युद्धपरिस्थिती अनिर्णायक स्थितीत राहिली.

आता दोन्ही शत्रू पक्ष शेवटची एकच लढाई करण्याची योजना आखीत होते.

खंड ८

पंजाब युद्धक्षेत्रावरील वाद –
बियास नदीकाठापर्यंत माघार घ्यावी का?

१६ सप्टेंबरच्या चव्हाणांच्या नोंदीप्रमाणे, 'भूसेनेच्या मुख्यालयात कुणीतरी वरिष्ठ अधिकाऱ्याने बियास नदीपर्यंत माघारीबद्दल बोलले होते, पण सुदैवाने नंतर ते रद्द झाले'. याचे मागे असणारी गोष्ट पुढे बऱ्याच दिवसानंतर उघडकीस आली. सेना विभाग प्रमुख ले. जनरल हरबक्ष सिंह यांनी आपल्या आठवणींमध्ये त्याबद्दल लिहिले आहे :

त्या वेळचे भूसेनाप्रमुख जनरल चौधरी यांनी खरोखरीच अशी सूचना... बियासपर्यंत माघार घ्यावी... केली होती काय, या मुद्द्याभोवती भारताच्या सेना वर्तुळामध्ये वाद माजला होता.

थोडक्यात बोलायचे तर युद्धाबद्दलचे धोरण ठरविण्यामध्ये या मतभेदांचा उगम होता. अमेरिकेकडून आधुनिक शस्त्रास्त्रे पाकिस्तानने मिळविल्यामुळे लष्करी बळाचा तराजू पाकिस्तानच्या बाजूला कलत होता. पंजाबमध्ये भारताचे संरक्षण धोरण कसे ठेवावे याबद्दल दोन विचारप्रवाह होते. एकाचे म्हणणे सीमेचे संरक्षण करावे, तर दुसऱ्याचे मत होते की बियास नदीच्या काठापाशी संरक्षण-रेषा असावी. पाकिस्तानची चिलखती दलांबाबत व दारूगोळ्यासंबंधी असणारी उजवी बाजू हिशोबात घेतली असता पहिल्या गटाचे मत होते की, बियास नदीच्या पश्चिमेकडे जर मोठी लढाई लढलो तर भारतीय सेनादलांचा विनाश होईल आणि त्यानंतर शत्रूच्या फौजा फारसा प्रतिकार न होता दिल्लीचे दरवाजे ठोठावण्यापर्यंत येऊ शकतील. त्यांच्या मते, बियास नदीच्या संरक्षणाच्या दृष्टीने असणारे स्थानवैशिष्ट्य

वापरून पाकिस्तानी संभाव्य जोरदार चढाई रोखता येईल. असे दिसते की, जनरल चौधरी यांचे मत या म्हणण्याकडे झुकलेले होते.

६ सप्टेंबरपासूनच जनरल चौधरी यांच्या मनावर मोठा मानसिक ताण होता. बियास ही संरक्षण फळी धरावी असा जनरल चौधरींचा कल आहे हे बऱ्याच वरिष्ठ सेनानींना माहीत होते. तथपि, ज्या परिस्थितीत ऑपरेशन रिडल करावे लागले त्या परिस्थितीत त्यांनी इच्चोगिल कालव्याची रेषा स्वीकारली होती. पण त्या आघाडीवरील प्रगती असमाधानकारक होती. त्यामुळे जनरल चौधरींना मोठी चिंता वाटणे साहजिक होते. त्यांच्या मन:स्थितीचे दर्शन ९ सप्टेंबरला 'भूसेनाप्रमुखांचा स्वत:बद्दलचा ठामपणा काहीसा दबलेला दिसतो' या चव्हाणांच्या नोंदीमध्ये स्पष्ट होतो.

कदाचित त्या मानसिक अवस्थेत जनरल चौधरींनी बियास नदीच्या पूर्व किनाऱ्याची संरक्षण फळी योजना व आपल्या मताचा उल्लेख केला असावा. १० सप्टेंबर रोजी जेव्हा जनरल चौधरी अंबाला येते ले. ज. हरबक्ष सिंह यांचेशी चर्चा करणेसाठी आले तेव्हा भारतीय सेनेतील एकंदर परिस्थिती अवघड झाली होती. त्याच दिवशी खेमकरण-कसूर भागातील परिस्थिती गंभीर पातळीला गेली होती व मे. ज. निरंजन प्रसाद यांच्या ४ माऊंटन डिव्हिजनच्या घटनेमुळे ही चिंता वाढली असणार हे स्वाभाविक होते. अशा परिस्थितीत सेनाप्रमुखांना काही अत्यंत वाईट घडू शकण्याची भीती वाटत असावी. परंतु चर्चेत ले. ज. हरबक्ष सिंह यांनी बियास नदीपर्यंत माघार घ्यावी व प्रस्तावाला तीव्र विरोध केला असावा कारण त्या दोघांकडून या चर्चेच्या वेळी काही कडवट भाषा वापरली गेली हे सर्वश्रुत झाले.

'बियासपर्यंत माघार घ्यावी, असे कोणा उच्च पदस्थाने म्हटले' अशी चव्हाणांची नोंद, जे काही बोलले जात होते त्याला दुजोरा देणारी आहे.

खंड ९
चीनची लुडबूड

शुक्रवार, सप्टेंबर १७, १९६५

चव्हाणांची नोंद

मला झोपेतून सकाळी ६ वाजता जागे करण्यात आले व चीनकडून जवळजवळ अंतिम इशारा असल्याप्रमाणे कडक शब्दातील खलिता मिळाल्याचे सांगितले. या खलित्यात मागणी होती की, सिक्कीमच्या सीमेजवळ चीनच्या प्रदेशात केलेले बांधकाम तीन दिवसांत काढून घ्या. आकाशवाणीवरूनही सकाळी ६.३० वाजता ही बातमी सांगितल्याने तिला दुजोरा मिळाला.

मंत्रीमंडळ आणीबाणी समितीची बैठक सकाळी ९ वाजता पंतप्रधानांच्या घरी 'चीनच्या खलित्याचा विचार करण्यासाठी' झाली. बैठक सुमारे २ तास चालली.
दोन्ही बाजूंनी एकत्रपणे पाहणी करण्याला संमती द्यायचे, तसेच लवकर उत्तर द्यायचे ठरले; पण बहुतेकांचे मत होते की, चीन तसा प्रस्ताव मानणार नाही. (कारण) पाकिस्तानला मदत व्हावी म्हणून भारताला काही उपद्रव सुरू करण्यासाठी ही फक्त सबब होती. (चीनचा) मुख्य राजकीय हेतू असा असावा की, अमेरिका व रशिया यांच्या दडपणाने युद्धबंदी प्रस्ताव स्वीकारण्याइतका पाकिस्तानने दुबळेपणा पत्करू नये या दृष्टीने पावले टाकणे, लष्करीदृष्ट्या पाकिस्तानवरील दबाव कमी होण्यास हातभार लावणे, तसेच काश्मीरमधील प्रत्यक्ष नियंत्रण-रेषा टिकविण्यास पाकिस्तानला लष्करी साहाय्य देणे.
संसदेमध्ये दुपारी ३.३० वाजता पंतप्रधानांनी (यावर) निवेदन केले. ते गांभीर्याने ऐकले गेले होते.

चिनी सैन्याच्या हालचालींच्या पहिल्या बातम्याही यायला सुरुवात झाली.

नेफाच्या सिअँग डिव्हिजनमध्ये आणि भूतान-सिक्कीम यांच्यामधील छांब खोऱ्यांमध्ये.

भूसेनाप्रमुखांबरोबर चिनी धमकीबाबत तसेच निरनिराळ्या ठिकाणच्या आपल्या परिस्थितीबद्दल बराच वेळ चर्चा झाली.

सायंकाळी पंतप्रधान चर्चा करायच्या मन:स्थितीत होते. चिनी धमकीबद्दल आम्ही सांगोपांग बराच वेळ चर्चा केली.

(भारत-पाक) संघर्षावरती काळजीपूर्वक लक्ष ठेवून त्याचा निर्णय काय होतो ते पीपल्स रिपब्लिक ऑफ चायना पाहत होतेच. ८ सप्टेंबरला, पंजाबमध्ये रणगाड्यांनिशी पाकिस्तानने आक्रमणाला प्रारंभ केला. त्या वेळी भारताला एकामागून दुसरी अशा धमक्यांपैकी पहिली धमकी चीनने दिली होती. एका औपचारिक खलित्यामध्ये चीनने भारतावर आरोप केला होता की, जुलै व ऑगस्ट महिन्यात भारताने सिक्कीमच्या सीमेचा भंग अनेकदा केला. असल्या चिथावणीखोर कृत्यांना ताबडतोब आळा घालायची मागणी करून त्या वेळच्या खलित्यात चीनने तंबी दिली होती की, अशा घटनांतून निघणाऱ्या सर्व परिणामांची जबाबदारी भारतावरच राहील.

१७ सप्टेंबर रोजी, बीजिंग वेळेप्रमाणे पहाटे १ वाजता, भारताच्या वकिलातीतील मुख्याधिकाऱ्याला (*Charge d'affairs*) एक खलिता देण्यात आला. सिक्कीम-तिबेट सीमेच्या तिबेटच्या बाजूला लष्करसंबंधी बांधकामे भारताने मुद्दाम राखून ठेवली आहेत असा आरोप करून चीनने मागणी केली की, चीनच्या बाजूला असणारी ही अतिक्रमणाची बांधकामे भारत सरकारने ताबडतोब उतरवून टाकावीत. त्याला दोन दिवसांची मुदत देऊन खलित्यात पुढे म्हटले होते की, नाहीतर त्यातून निघणाऱ्या सर्व गंभीर परिणामांची पूर्ण जबाबदारी भारत सरकारवर पडेल. याच खलित्यात चीनने मागणी केली की, तिबेटचे ४ रहिवासी, ८०० मेंढ्या आणि ५९ याक (तिबेटमधून) भारताने पळवून नेलेत ते परत करावेत.

त्या सकाळी मंत्रीमंडळ आणीबाणी समितीची २ तास बैठक झाल्यानंतर पंतप्रधानांनी संसदेमध्ये निवेदन केले. शास्त्रीजी म्हणाले, ''सध्याच्या परिस्थितीचा गैरफायदा चीन घेणार नाही आणि भारतावर हल्ला करणार

नाही, अशी आम्ही अपेक्षा करतो.'' त्यांनी पुढे सांगितले, ''तथापि, या सभागृहाने निश्चितपणे खात्री बाळगावी की, जर आपणावर हल्ला केला गेला, तर आपण आपल्या स्वातंत्र्य रक्षणासाठी कठोर निश्चयाने झगडू. कोणतीही शक्ती, मग ती चीनची असो अगर पाकिस्तानची, आम्हाला आमचे प्रादेशिक अखंडत्व सुरक्षित ठेवण्यापासून रोखू शकणार नाही.''

शनिवार, सप्टेंबर १८, १९६५

चक्काणांची नोंद

सकाळी ११.३० वाजता साऊथ ब्लॉकमधील पंतप्रधानांच्या दालनात दोन तास चर्चा केली. तिला दोन्ही संरक्षणदल प्रमुख (भूसेनाप्रमुख जनरल चौधरी आणि एअर मार्शल अर्जन सिंह), मंत्रीमंडळ सचिव, गृह व संरक्षण खात्यांचे सचिव आणि (पंतप्रधानांचे सचिव) एल्. के. झा हजर होते.

लढाईतील आपल्या उद्दिष्टांचा सर्वसाधारण फेरआढावा घेतला गेला. पुरवठ्याबाबतची परिस्थिती विचारात घेतली गेली. छांब क्षेत्रासाठी काही निश्चित निर्णय लवकर घ्यायला हवा. दोन्ही– राजकीय व लष्करी– कारणासाठी त्याची गरज आहे. मी या मुद्द्यावर जोर दिला. भूसेनाप्रमुख त्यात लक्ष घालतील.

(आपापल्या) मनातील (घोळणारे) विचार मोकळे करण्यासाठी ही बैठक होती. अमेरिका, रशिया आणि इंग्लंड यांच्याकडे (मदतीसाठी) जायचे ठरले.

चीनचे काय हेतू असावेत याचे पृथ:क्करण करण्यात तो दिवस गेला. त्यांची धमकी सहजपणे घेण्याजोगी नव्हती.

त्याच वेळी संयुक्त राष्ट्रसंघाच्या सुरक्षा मंडळामध्ये पडद्यामागे बऱ्याच हालचाली सुरू होत्या. यू थांट न्यूयॉर्कला परत आले होते आणि उपखंडामध्ये शांतता पुन्हा आणण्यासाठी एका नव्या ठरावाच्या मसुद्यावर प्रतिनिधींनी विचारविनिमय सुरू केला होता.

रविवार, सप्टेंबर १९, १९६५

चव्हाणांची नोंद

१) नेहमीप्रमाणे सकाळी व संध्याकाळी संरक्षणदलांच्या प्रमुखांबरोबर आढावा घेण्यासाठी बैठका.

२) माझे आकाशवाणीवर भाषण झाले. त्याचे स्वागतही चांगले झाले. नंदाजी (गुलझारीलाल नंदा, गृहमंत्री) आणि मनुभाई (शाह, व्यापारमंत्री) यांनी फोन करून त्यांना भाषण आवडल्याचे मला कळवले.
बाबाचा (चव्हाणांचा मेहुणा) तेच सांगण्यास मुंबईहून फोन आला. तुम्ही काय करता किंवा बोलता ते तुमच्या कुटुंबीयांनासुद्धा आवडले म्हणजे एक प्रकारचे सुखद समाधान मिळते.

३) गुजरात सी. एम. (मुख्यमंत्री) बलवंतराय मेहता यांच्या मृत्यूचे दुःखद वृत्त रात्री १० वा ३० मि. (आदल्या दिवशीच्या रात्री) मिळाले. ती वार्ता धक्कादायक होती. विमान अपघातात ते वारले.

चीनने दिलेली अंतिम मुदत या दिवशी संपणार होती. चव्हाणांनी आकाशवाणीवर देशाला उद्देशून केलेल्या भाषणामध्ये, चीन आव्हानाला तोंड देण्यासाठी आपली सेनादले सिद्ध आहेत, याची ग्वाही दिली होती.

खंड १०
शेवटची दमछाकी युद्धे – डोगराई

सोमवार, सप्टेंबर २०, १९६५

चक्काणांची नोंद

पहाटे ५ वाजता माझ्या बिछान्यापाशील फोनच्या कर्कश आवाजाने मला जागे केले. पी. व्ही. आर. (पी. व्ही. आर. राव, संरक्षण सचिव) बोलत होते. बलवंतराय मेहता यांना झालेल्या 'विमान अपघाताबद्दल' अधिक माहिती हाती आल्याचे सांगायला तो फोन होता. तो (विमान) अपघात नव्हता तर भूजजवळ पाकिस्तानी लढाऊ विमानांनी ते विमान 'पाडले' होते. अहमदाबाद-मिठापूर या दरम्यान ठरावीक हवाईमार्गापासून ५० मैल लांबपर्यंत बाजूला ते विमान भरकटले ही आश्चर्याची गोष्ट होती. या पाकिस्तान्यांची मला चीड येते. एका छोट्या बिगरलष्करी विमानावर केलेला तो अत्यंत भेकड हल्ला होता. बलवंतरायांना हुतात्म्याचे मरण आले.

माझ्या संरक्षणदलांच्या प्रमुखांबरोबरच्या बैठकीत, मी युद्धबंदीच्या शक्यतेचा उल्लेख केला. कोणत्याही क्षणी आता सुरक्षा मंडळाचा ठराव अपेक्षित होता. त्यांचा दृष्टिकोन काय आहे?
भूसेनाप्रमुखांनी सांगितले की, लष्करीदृष्ट्या एकंदर पडताळणी त्यांनी केली आहे. नंतर ते मला ती दाखवतील. नंतर त्यांचे हे मूल्यमापन (पडताळणी) घेऊन ते स्वतः एकटे परत आले. त्यांचा मुख्य प्रबंध असा होता की, जी दोन मुख्य उद्दिष्टे ठरवली होती...
(१) पाकिस्तानच्या युद्धसामर्थ्याला आणि लष्करी यंत्रणेला हानी पोहोचविणे, आणि (२) लष्करी बळावर काश्मीर प्रश्न सोडविण्याचे पाकिस्तानी मनसुबे व योजना अयशस्वी ठरवणे... ती साध्य झाली आहेत. परिस्थितीवर वरचष्मा आपला आहे. (आणि) आता

युद्धबंदीला आपण संमती दिली तर सेनादलाचा त्यास पाठिंबा राहील. त्यातून आपणास जी उसंत मिळेल ती रसद पुरवठा इ. गोष्टी ठाकठीक करायला चांगलीच होईल.

राजकीयदृष्ट्या आपण अगदी एकाकी पडलो आहोत. युद्धबंदीला नकार देणे हे दीर्घकालीन दृष्टीने लष्करी पातळीवरही शहाणपणाचे नाही. चीनचा डाव हा संघर्ष चालू राहावा म्हणजे त्या क्षुब्ध परिस्थितीत त्याच्या गळ्याला काही सापडते काय हे पाहण्यासाठीच. मलाही असे वाटते की, लष्करी व राजकीय पातळीवरील विचारांची दिशा एकच आहे, ही गोष्ट चांगली आहे.
चिन्यांनी त्यांच्या कालमर्यादेची मुदत आणखी तीन दिवसांनी वाढवली. मोठे डोकेबाज लोक खरे.

सायंकाळी मंत्रीमंडळ आणीबाणी समिती बैठक. तोपर्यंत सुरक्षा मंडळाचा ठराव मिळाला होता. त्यानुसार २२ सप्टेंबर सकाळपर्यंत युद्धबंदी अंमलात आणण्याचा आदेश होता. समितीमध्ये त्यावर सर्वसाधारण चर्चा झाली आणि दुसऱ्या दिवशी बैठक घ्यायचे ठरवून तहकुबी झाली.

सायंकाळी ६ वाजता संरक्षणदलांच्या प्रमुखांबरोबर बैठकीत मी होतो, तेव्हा मला निरोप मिळाला की मी पंतप्रधानांना भेटावे. बरोबर संरक्षण खात्याचे सचिव, आणि संरक्षणदलांचे प्रमुख घेऊन यावे. (एल्. के. झा हजर होतेच.) सायंकाळी ७ वाजता पंतप्रधानांच्याकडे बैठक भरली.
लष्करीदृष्टीने करायच्या मूल्यमापनावर काही प्राथमिक चर्चा झाल्यावर असे ठरले की, पाकिस्तान जर अनुकूल असेल तर साधी युद्धबंदी करण्याची आमची इच्छा आहे, असा संदेश यू थांट यांना पाठवावा. संयुक्त राष्ट्रसंघटनेतील भारताचे कायम प्रतिनिधी जी. पार्थसारथी यांच्यातर्फे तो पोचवावा.

भारतीय सेनेतील एक संपूर्ण ब्रिगेड १३व्या मैलाच्या दगडाच्या (माईलस्टोन) भोवतालच्या भागात सहभागी आहे असा शत्रूचा समज

होता. परंतु त्या ब्रिगेडमधील ३ जाट बटॅलियन लढाई व तोफखान्याच्या भडिमाराच्या आवाजाचा लाभ घेऊन शत्रूंची नजर चुकवून पुढे सरकली होती. २२ सप्टेंबरला जेव्हा ३ जाट बटॅलियन पुढे मोच्यांपाशी, शत्रूला थांग न लागता पोचली तेव्हा पहिला हल्ला अयशस्वी झाला, हे त्यांना समजले. परंतु भारतीय तोफखान्याने भडिमार केल्यानंतर ३ जाट बटॅलियनने उजव्या बाजूकडून शत्रूसेनेवर हल्ला चढविला.

डोगराईचे संरक्षण करणाऱ्यांना ३ जाटचा हल्ला पूर्णपणे अनपेक्षित होता. शहरवस्तीतील इमारतींच्या भागात हातघाईची लढाई झाल्यावर २२ सप्टेंबरला पहाटे ३.३० वाजता ३ जाटच्या हातात डोगराई पडले. त्या कडवट संघर्षात दोन्ही बाजूंना मोठी मनुष्यहानी सोसावी लागली. ३ जाटचे चार अधिकारी व इतर श्रेणीचे ५९ जण ठार झाले, तर सहा अधिकारी, पाच ज्युनिअर कमिशन्ड अधिकारी व इतर श्रेणीचे १४२ जण जखमी झाले. शत्रूंपैकी ३०० ठार झाले, तर १०० जणांना कैद करण्यात आले. एका पाकिस्तानी रणगाड्याखाली बचावासाठी लपून बसलेले १६ पंजाबचे मुख्य अधिकारी ले. क. गोळेवाला आणि त्यांच्या जोडीचा तोफखाना-अधिकारी पकडले गेले.

डोगराईसाठीच्या लढाईमध्ये भारतीयांची एकंदर हानी– ५ अधिकारी आणि ७२ इतर श्रेणींचे ठार, तर १० अधिकारी, ७ ज्युनिअर कमिशन्ड ऑफिसर्स आणि २२२ इतर श्रेणींचे जखमी झाले. ३ जाटने १३ रणगाडे, १३ लष्करी वाहने, २३ रिकॉईललेस तोफा, ३५ मध्यम मशीनगन्स, इतर मोठ्या प्रमाणावर हत्यारे व दारूगोळा ताब्यात घेतला. पुन्हा एकदा ले. कर्नल डेस्मंड हाईड यांच्या नेतृत्वाखाली ३ जाटने हा हल्ला शौर्याने पार पाडला. नेतृत्वाच्या विशेष प्राविण्यासाठी त्यांना अगोदरच १२ सप्टेंबरला महावीर चक्र देण्यात आले होते.

थोडे उजाडताच १४ हॉर्सच्या एका स्क्वॉड्रनची मदत घेत १३ पंजाबही पुढे घुसली आणि सकाळी ७.३०च्या आसपास डोगराईमध्ये ३ जाटशी त्यांची हातमिळवणी झाली. मायलस्टोन १३ भागातील अनेक पाकिस्तान्यांनी पळ काढायचा प्रयत्न केला. त्यांना डोगराईमध्ये ३ जाट आहे हे ठाऊक नव्हते. त्यांपैकी बहुतेकजण कैदी अगर ठार झाले. त्याचप्रमाणे इच्चोगिल कालव्याच्या पश्चिम बाजूकडून शत्रूचे छोटे छोटे गट डोगराईत परतत राहिले. त्यांना कैदी म्हणून पकडले गेले.

डोगराईत शेवटी विजय मिळवला तो कणखरपणा व निश्चय यांच्या

जोरावर. सेनाधिकारी ले. कर्नल डेस्मंड हाईड (नंतर ते ब्रिगेडियर झाले) या ३ जाटच्या दुर्दम्य उत्साहाच्या अधिकाऱ्याच्या नेतृत्वांखाली लढाईच्या पहिल्या आठवड्यात १२ सप्टेंबरला हा विजय मिळाला. नेतृत्वाच्या असाधारण गुणांमुळे त्यांना महावीर चक्र प्रदान केले गेले होतेच.

'डोगराई'चे युद्ध आगामी युद्धबंदीच्या छायेतच लढले गेले. पाकिस्तानने लढाई सुरू केली खरी पण भारतानेच ती पाकिस्तानच्या प्रदेशामध्ये नेली. त्यामुळे जगाला पाकिस्तानच्या रणक्षेत्रावरील मर्यादांची प्रत्यक्ष स्थिती सर्वसाधारणपणे समजली. पाकिस्तानने सुरू केलेल्या युद्धाचा हा शेवट होता. लढाईच्या शेवटच्या अवस्थेत भारताने प्रत्यक्ष लढाई पाक प्रदेशात नेली होती. युद्धाच्या या शेवटच्या काही तासांत मोठ्या संख्येने सैनिकांनी रणांगणावर देह ठेवले. त्यांना हे ठाऊक नव्हते की, युद्धबंदी आता लवकरच घडणार आहे.

त्या स्थितीत हे उघड दिसू लागले होते की, नजिकच्या भविष्यकाळात दोहोंपैकी कोणतीच बाजू युद्धाचे पारडे फिरविण्याजोगा निर्णायक विजय मिळवू शकत नाही. अगदी ११ कोअरदेखील त्याच्या नव्या चढाईत, अगदी मर्यादित उद्दिष्ट्ये होती. हे युद्ध आता दीर्घ पल्ल्यांच्या दमछाकीच्या लढायांकडे बदलत चालले होते, जिथे दोन्ही बाजूचे सेनाधिकारी करायचे म्हणून युद्ध करीत होते.

दोन्ही बाजूंना वाटत होते की एखाद्याने लढाई थांबवायला मान्यता दिल्यावर दुसरी बाजू शांततेसाठी आपली किंमत म्हणून आपल्या मागण्या फुगवून पुढे करील.

लवकरच होणाऱ्या युद्धबंदीच्या अपेक्षेने सियालकोट क्षेत्रात हा डाव अर्धवट स्थितीत अनिर्णित राहिला.

उत्तरार्ध

रोजनिशी (भाग २)*

संयुक्त राष्ट्रसंघ व आंतरराष्ट्रीय दबाव

यशवंतराव चव्हाण यांच्या रोजनिशीतून युद्धकाळात संयुक्त राष्ट्रसंघ व चीन यांनी जे पवित्रे घेतले होते त्याचे दर्शन होते. आज जवळजवळ चाळीस वर्षांनी चव्हाणांनी केलेल्या नोंदीतून उपलब्ध माहितीच्या आधारे त्या काळातील आंतरराष्ट्रीय राजकारणावर बराच उजेड पडतो. त्याची माहिती या प्रकरणात संक्षिप्तपणे दिली आहे.

कच्छच्या रणातील परिस्थिती निवळताच काश्मीर खोऱ्यात काही कारवाया सुरू होतील, हे गृहीत धरून संयुक्त राष्ट्रसंघाचे भारत-पाक युद्धविराम रेषेचे निरीक्षण गटाचे प्रमुख जनरल रॉबर्ट एच्. निम्मो (ऑस्ट्रेलिया) स्थानिक घडामोडींबद्दल संयुक्त राष्ट्रसंघाचे सरचिटणीस यू थांट यांना वेळोवेळी माहिती देत होते. सीमेपलीकडून होणाऱ्या अतिक्रमणाबद्दल, पाकिस्तानच्या सैनिकांकडून युद्धबंदी रेषेच्या अलीकडे चालू असणाऱ्या हालचाली, तसेच त्यांचे गोळीबाराबद्दल यथातथ्य माहिती ते राष्ट्रसंघाला पुरवित होते. त्या माहितीच्या आधारे यू थांट यांनी काश्मीर परिस्थितीविषयी एक निवेदन तयार केले होते. त्यामध्ये काश्मीरमध्ये गोंधळ करण्याची जबाबदारी पाकिस्तानवर टाकली जाणार होती. सुरक्षा मंडळापुढे मांडण्याअगोदर त्यांनी त्या निवेदनाची अग्रिम प्रत, भारत व पाकिस्तान यांच्या प्रतिनिधींना उपलब्ध करून दिली. त्यावर पाकिस्तानने गंभीर आक्षेप घेतले. भावी काळात आपण स्वतः अथवा राष्ट्रसंघ मध्यस्थाची भूमिका करण्याची शक्यता दुरावू नये, म्हणून ते संकल्पित निवेदन यू थांट यांनी सुरक्षा परिषदेत सादर केले नाही. त्यामुळे युद्ध सुरू होताच, युद्धबंदी घडवून आणण्यामध्ये यू थांट यांना व्यक्तिगतरित्या महत्त्वाची भूमिका बजावता आली.

सोव्हिएट संघराज्य या घटनाक्रमांकडे विशेष लक्ष ठेवीत होते. त्याची

पूर्वीची भूमिका काश्मीर हा भारताचा भाग आहे अशी कायम होती आणि काश्मीरमधील अशांतता पाकिस्तानमधून गेलेल्या घुसखोरांनी निर्माण केली, हेही त्याला मान्य होते. त्याच्या मते सध्यस्थितीत दोन्ही देशांनी शांततामय उपायांनी वाद मिटवावा हे उत्तम धोरण होईल. अमेरिका व्हिएतनाममध्ये पार गुंतून गेली होती आणि राष्ट्रसंघाच्या माध्यमातून काम करायचे तिने ठरविले होते. चीन घडामोडींवर नजर राखून होता आणि नि:संशय योग्य वेळी पाकिस्तानबरोबरच्या त्याच्या मैत्रीला साजेशी आपली भूमिका निश्चित ठरविणार असावा.

ऑगस्टच्या शेवटच्या आठवड्यात पाकिस्तानकडून घुसखोरीचे सतत वाढते प्रमाण, त्यातून निर्माण होणारी परिस्थिती आणि उरी भागात २८ ऑगस्ट, १९६५ रोजी भारतीय सेनेने युद्धबंदी रेषा ओलांडली याबद्दल सरचिटणीसांना खुलासेवार माहिती देण्यास न्यूयॉर्क येथे राष्ट्रसंघाच्या मुख्य कचेरीत जनरल निम्मो गेले होते. जनरल निम्मो यांनी ३० ऑगस्टला रात्री न्यूयॉर्क सोडले. काश्मीरमधील आपल्या जबाबदाऱ्यांकडे ते परत निघाले.

१ सप्टेंबरच्या सकाळपर्यंत, जनरल निम्मोंशी केलेल्या वाटाघाटींच्या आधारे यू थांट यांनी तयार केलेला अहवाल, परराष्ट्र व्यवहार सचिव सी. एस. झा यांना मिळाला. यानंतर यू थांट व राष्ट्रसंघाने भारत-पाक युद्ध थांबविण्यासाठी जे प्रयत्न केले ते यशवंतराव चव्हाण यांनी आपल्या रोजनिशीत निर्देशित केले आहेत. ज्या तारखेस या नोंदी केल्या आहेत, त्याच नोंदी खालील भागात उद्धृत केल्या आहेत.

सप्टेंबर १, १९६५ची नोंद

सायंकाळी ६ वाजून ३० मिनिटांनी मंत्रीमंडळ आणीबाणी समिती बैठक :
संयुक्त राष्ट्रसंघाचे महासचिव यू थांट यांनी राष्ट्रसंघाच्या सुरक्षा मंडळास सादर केलेला अहवाल आपले विदेश मंत्रालय सचिव सी. एस. झा यांनी वाचून दाखविला.

यू थांट म्हणतात, 'लढाईचा उद्रेक हळूहळू हवेत आणि जमिनीवर पसरत असून, दोन्ही बाजूंच्या खड्या सेना त्यात भाग घेत आहेत, अशा

भयसूचक बातम्या आहेत.' युद्धमान दोन्ही देशांच्या नेत्यांना केलेल्या विनंतीत सरचिटणीसांनी शांततेसाठी आवाहन केले.

सप्टेंबर २, १९६५ची नोंद

- मंत्रीमंडळाच्या आणीबाणी समितीच्या बैठकीत सुरक्षा मंडळाच्या सभासदांची यू थांट यांनी दिलेल्या अहवालावर चर्चा झाली. लष्करीदृष्ट्या आपणास लाभदायक स्थिती ठेवण्यावरती मी भर दिला.

- इंग्लंडने मांडलेले प्रस्ताव भारतास जाळ्यात पकडण्यासाठी मांडलेले दिसतात. पंतप्रधान खंबीर आहेत असे वाटले. हाच आवेश ते कायम ठेवतील अशी मी आशा करतो.

- दरम्यानच्या काळात, संयुक्त राष्ट्र संघटनेच्या सरचिटणीसांचा संदेश सरकारला मिळाला होता. यू थांट यांनी संदेशात लढाईची तीव्रता क्रमाक्रमाने वाढत असल्याचे भयसूचक अहवाल आपणास मिळत आहेत, तसेच दोन्ही बाजूंच्या सेनादलांत व हवाईसेनेमध्ये थेट चकमकी आकाशात व जमिनीवर सुरू आहेत, असे लिहून दोन्ही युद्धमान राष्ट्राच्या नेत्यांना शांतता प्रस्थापनेची कळकळीची विनंती केली होती.

राजनैतिक दडपणे वाढतच चालली होती. संयुक्त राष्ट्रसंघाच्या सरचिटणीसांच्या संदेशाला परराष्ट्र व्यवहार मंत्रालय उत्तर तयार करीत होते. मुत्सद्द्यांचे काम चालू असताना चव्हाणांचे सारे लक्ष रणक्षेत्रावरील परिस्थितीवर होते. संरक्षणमंत्री म्हणून त्यांच्या कार्याची कसोटी तिथे लागणार होती. तिकडच्या बातम्या उत्साहजनक नव्हत्या.

भारताने प्रतिहल्ला करू नये म्हणून त्याला रोखण्यासाठी प्रचंड राजनैतिक दडपण वाढत होते. दोन्ही युद्धमान देशांच्या नेत्यांना केलेल्या आवाहनात सरचिटणीसांनी शांतता पाळण्याची विनंती केली होती. हॅरॉल्ड विल्सन यांच्याकडून काही प्रस्ताव मांडणारा आलेला संदेश, ब्रिटिश हायकमिशनरने पोचविला होता. चव्हाणांनी दैनंदिनीमध्ये नोंद केली होती : 'आपल्याला असणारे फायदे टिकवलेच पाहिजेत यावर माझा आग्रह होता. युनायटेड किंग्डमचे ते प्रस्ताव हा एका सापळ्याचा

प्रकार दिसतो.'

सप्टेंबर ३, १९६५ची नोंद

- मंत्रीमंडळ आणीबाणी समितीची बैठक रात्री ९.०० वाजता. यू थांट यांच्या प्रस्तावाला काही अटींवर स्वीकृती द्यावी, अशी सूचना विदेश मंत्रालयाने केली.
- माझ्या मते आताच असे काही मान्य करणे हे अप्रस्तुत ठरेल. त्यामुळे जनतेच्या तसेच सेना व हवाईसेनेच्या नीतीधैर्यावर परिणाम होईल. पंतप्रधानांनी 'आत्मसन्मानाचे' (Self Respect) सूत्र मांडले.

मोठी सूचक गोष्ट ही आहे की, प्रेसिडेंट जॉन्सन यांनी अमेरिका कोणावरच प्रत्यक्ष दडपण आणणार नाही पण सध्या तरी संयुक्त राष्ट्रसंघावरच भरवसा ठेवील असा निर्णय घेतला आहे.

सप्टेंबर ४, १९६५ची नोंद

- मंत्रीमंडळाच्या आणीबाणी समितीच्या दोनदा बैठकी झाल्या. दुपारी १.०० वाजता आणि दुपारी ४.४५ वाजता. यू थांटना पाठवायचे उत्तर ठरविण्यात आले. आमच्यापैकी परराष्ट्र व्यवहार मंत्री स्वर्णसिंगांचा अपवाद वगळता पंतप्रधानांनी घेतलेल्या तर्कनिष्ठ खंबीर भूमिकेला सर्वांनी पाठिंबा दिला.

त्या दिवशी संयुक्त राष्ट्रसंघाचे सरचिटणीस यू थांट यांना पंतप्रधानांनी तपशीलवार उत्तर पाठविले. ते पत्र म्हणजे आंतरराष्ट्रीय समुदायाला 'डोळे उघडायचा' इशाराच ठरला, की भारत यापुढे पाक आक्रमण सहन करणार नाही, मग ते उघड असो अगर छुपे असो.

त्याप्रमाणे सुरक्षा मंडळापुढे भारताचे म्हणणे मांडण्यासाठी परराष्ट्र सचिव सी. एस्. झा यांना पंतप्रधानांनी न्यूयॉर्कला धाडले. पंतप्रधानांच्या पूर्ण पाठिंब्याच्या जोरावर चव्हाणांनी लष्करी हालचाल योजली होती. त्या अगोदर शिक्षणमंत्री आणि प्रख्यात कायदेपंडित एम्. सी. छगला

यांनीही न्यूयॉर्कला जावे असे ठरवले गेले.

नव्या दिल्लीमध्ये 'पुढील पाऊल' कोणते असेल याबद्दल तर्कवितर्क चालू होते. अमेरिकेचे वकील चेस्टर बाऊल्स आणि ब्रिटिश हायकमिशनर फ्रीमन या दोघांनी यू थांट यांच्या आवाहनाला भारताने अनुकूल प्रतिसाद द्यावा म्हणून दबाव आणण्याची हालचाल सुरू केली. सीमेवरील धाडसी लष्करी महत्त्वाच्या कृतीची वाट, काहीसे मवाळ धोरण स्वीकारण्यापूर्वी पंतप्रधान पाहत होते. चव्हाणांना हे सर्वच पूर्ण ठाऊक असून, ते पुढील धाडसी कृतीची वाट संचितपणे पाहत होते.

राजनैतिक आघाडीवर चीन माघारी राहणाऱ्यांपैकी नव्हता. चीनचे उपपंतप्रधान व परराष्ट्रमंत्री मार्शल चेन यो पाकिस्तान दौऱ्यावर होते. भुत्तोंशी चर्चा झाल्यावर त्यांनी पाकिस्तानला पूर्ण पाठिंबा जाहीर केला, तसेच काश्मीरमधील 'स्वातंत्र्य लढ्यातील' योद्ध्यांच्या प्रयत्नांनाही पाठिंबा जाहीर केला.

सप्टेंबर ५, १९६५ची नोंद

त्या सकाळी राष्ट्रपती डॉ. एस्. राधाकृष्णन् यांचेकडे जाऊन त्यांच्या वाढदिवसानिमित्त चव्हाणांनी शुभेच्छा दिल्या, तसेच एकूण परिस्थितीची माहिती दिली. त्यानंतर पंतप्रधानांबरोबर कित्येक तास ते होते. न्यूयॉर्कमधील सुरक्षा मंडळातील चर्चेचा मतितार्थ ठरवून त्याच्या युद्धबंदीच्या आवाहनाला काय उत्तर द्यावे, याचा विचार झाला. राष्ट्रीय विकास मंडळाच्या बैठकीला हजर असणाऱ्या मुख्यमंत्र्यांना सर्वसाधारण स्वरूपात त्यांनी परिस्थितीच्या गांभीर्याची कल्पना दिली. चव्हाणांचे मन मात्र आघाडीवर रणक्षेत्रावर होते. राजनैतिक दडपणे अगोदरच वाढत होती.

या सुमारास ४ सप्टेंबरला झालेल्या सुरक्षा मंडळाच्या बैठकीचे वृत्तांत पोहोचले. पाकिस्तानने आक्रमण केल्याचे मंडळाने नमूद केले होते. तसेच युद्धबंदीतील अटींचा भंगही पाकिस्तानने केला आणि १ सप्टेंबरला उघड आक्रमण केले, हेही म्हटले होते.

भारतीय सेनेने आंतरराष्ट्रीय सीमा ओलांडल्याचे समजल्यावर सुरक्षा मंडळाने ६ सप्टेंबरला पुन्हा बैठक भरवली. ताबडतोब युद्धबंदी घडविण्यासाठी दोन्ही बाजूंनी सर्व प्रकारची पावले टाकावीत असे आवाहन करणारा ठराव त्यात स्वीकृत झाला. त्या ठरावाच्या अंमलबजावणीबद्दलचा

अहवाल सरचिटणीसांनी तीन दिवसांत द्यावा असा त्यांनी आदेश दिला.

भारतीय सेनादले लाहोरच्या सीमेवर पोचली. तसेच भारतीय लष्करी विमानांनी पाकिस्तानमधील सैन्याच्या तळांवरती बाँबवर्षाव केल्याचे वृत्त येताच सर्व देशभर वातावरण विद्युतभारित झाल्याप्रमाणे घडले. भारत-पश्चिम पाकिस्तान सीमेवरती मोठ्या लढाया चालू झाल्या होत्या. उपखंडातील अत्यंत गंभीर आणीबाणीकडे अचानक लक्ष द्यावे लागत होते.

चीन पाकिस्तानच्या मदतीला जाण्याची आणि अमेरिका भारताच्या मदतीस पुढे येण्याची शक्यता मुत्सद्द्यांच्या वर्तुळात चर्चिली जाऊ लागली. सोव्हिएट युनियनच्या भूमिकेबद्दल तर्क चालू होते. चीनच्या विस्तारवादी धोरणांबद्दल त्याने चिंता व्यक्त केली होती. राष्ट्रकुलातील दोन राष्ट्रांमध्ये युद्ध पेटल्यावर युनायटेड किंग्डमची मन:स्थिती चमत्कारिक झाली होती. कच्छच्या रणसंघर्ष प्रकरणी यशस्वी मध्यस्थी केलेल्या हॅरॉल्ड विल्सन यांनी शास्त्री व अयूब या दोघांनाही संदेश पाठवून ताबडतोब शस्त्रसंधी करायचा आग्रह केला. त्यांनी म्हटले, ''एक मोठीच धोक्याची परिस्थिती निर्माण केली गेली आहे की जिचा फारच गंभीर परिणाम केवळ भारत व पाकिस्तानवरच नव्हे, तर जगाच्या शांततेवर होऊ शकेल.'' विल्सन यांचा संदेश पुढे म्हणतो, ''हळूहळू वाढत गेलेल्या संघर्षाची जबाबदारी दोन्ही सरकारांवर पडते आणि लाहोर भागात आज झालेल्या हल्ल्यामुळे आपणापुढे एक पूर्णत: नवी परिस्थिती उभी होत आहे.''

उपखंडातील युद्धाबद्दल पाकिस्तानप्रमाणेच भारतही दोषी ठरतो असा विल्सनच्या संदेशाचा रोख होता. भारतातील राजकीय वर्तुळात त्याचे आश्चर्य वाटले. शास्त्रीजींनी तो संदेश धुडकावला. त्यांनी मनात गाठ बांधली की, ब्रिटनने असाच पूर्वग्रह बाळगला तर युद्धबंदीनंतरच्या घटनांमध्ये युनायटेड किंग्डमला परिणामकारक भूमिका करण्याला काही वाव राहणार नाही.

अमेरिकेविषयी व्हिएतनाम युद्धामध्ये गुंतून पडलेले प्रेसिडेंट लिंडन जॉन्सन सुरक्षा मंडळाच्या माध्यमातून हा प्रश्न हाताळत होते. उपखंडावरील घडामोडींवर ते अमेरिकेचे प्रतिनिधी गोल्डबर्ग, जे सुरक्षा मंडळाचेही अध्यक्ष होते, यांच्यामार्फत नजर ठेवून होते. पाकिस्तानच्या मदतीसाठी या संघर्षात चीन पडण्याच्या शक्यतेबद्दल जॉन्सनना चिंता वाटत होती. चीनच्या उपपंतप्रधानांच्या ४ सप्टेंबरच्या रावळपिंडी दौऱ्यावरून पाकिस्तानशी

असणाऱ्या आपल्या मैत्रीचे प्रत्यक्ष प्रदर्शन करायची संधी चीन शोधत होता, हे स्पष्ट होत होते.

संयुक्त राष्ट्रसंघाच्या सुरक्षा मंडळाचा ५ सप्टेंबरचा ठराव भारताच्या दृष्टीने समाधानकारक होता. त्या बैठकीला भारताची भूमिका मांडण्यासाठी परराष्ट्र सचिव सी. एस्. झा हजर होते. सुरक्षा मंडळाने सरचिटणीसांना विनंती केली होती की, शक्य ते सर्व प्रयत्न करून या ठरावाची बजावणी करावी... आणि ठरावाच्या अंमलबजावणी-बाबत मंडळाला माहिती देत राहावी, तसेच त्या भागातील परिस्थितीबाबतही कळवीत राहावे.

सप्टेंबर ६ ते १० दरम्यानच्या, युद्धाच्या संदर्भातील घटनांमध्ये चक्वाण पूर्णपणे व्यस्त होते. लाहोरच्या दिशेने चाललेली अत्यंत महत्त्वाची चढाई इच्छोगिल कालव्याच्या पूर्व काठावरच रोखली गेली होती. खेमकरण भागात असल उत्तरपाशी रणगाड्यांच्या लढाया पुढे येत होत्या आणि सियालकोट विभागात चढाई करण्यास विलंब होत होता. रणक्षेत्रावर काही चमकदार यशासाठी सेनादल प्रमुखांकडे ते आग्रह करीत होते कारण युद्धबंदी घडविण्यासाठी असलेल्या आंतरराष्ट्रीय दडपणाची चव्हाणांना माहिती होती.

अध्यक्ष अयूब यांना आपण घेरलो गेल्याची जाणीव झाली आणि निरनिराळ्या देशांकडे त्यांनी मदतीची याचना केली. अमेरिकेस त्यांनी केलेल्या विनंतीला प्रतिसाद मिळाला नाही. इराणचे शहा व तुर्कस्तानचे अध्यक्ष यांना मदत करायची इच्छा होती पण त्यांचे युद्धसाहित्य अमेरिकेकडून घेतलेले होते. अमेरिकेच्या अनुमतीशिवाय ते त्यांना इतर देशास पाठविता येत नव्हते.

त्या वेळच्या परिस्थितीत मदतीची अपेक्षा ठेवण्याजोगा चीन हा एकच देश पाकिस्तानपुढे होता. ती मदत नंतर बऱ्याच काळाने, १७ सप्टेंबरला, एका विचित्र प्रकारेच मिळाली होती.

दरम्यान ६ सप्टेंबरच्या सुरक्षा मंडळाच्या ठरावानुसार यू थांट उपखंडाला भेट देण्यास न्यूयॉर्ककडून निघाले. ९ सप्टेंबरला रावळपिंडीत ते उतरले आणि भुत्तो व अयूब यांना भेटले. १० सप्टेंबरलाही बोलणी चालू राहिली. युद्धबंदीला मान्यता द्यायची पाकिस्तानची तयारी नाही, हा निर्वाणीचा संदेश घेऊन यू थांटनी ११ सप्टेंबरला सकाळी नवी दिल्लीकडे

जाण्यास रावळपिंडीहून प्रस्थान ठेवले.

सप्टेंबर १२, १९६५ची नोंद

यू थांट आज आले आहेत. दुपारी ४.०० वाजता पंतप्रधानांना ते भेटले.

सकाळची बैठक – सियालकोटचा पुढला आणखी काही कार्यक्रम ठरवून दिला गेला. काश्मीरचे (मंत्री) डी. पी. धर मला भेटायला आले. एकंदर परिस्थितीवरील आपली मते त्यांनी दिली. पेशावरबद्दल हवाईसेनाप्रमुखांना 'ठीक आहे' अशी अनुमती दिली. जेव्हा त्यांना (एअर मार्शल अर्जन सिंह) एखाद्या नव्या कामगिरीवर कृतीची परवानगी मिळते, तेव्हा हवाईसेनाप्रमुख एखाद्या पक्ष्याप्रमाणे आनंदाने नाचत चालताना वाटतात. खराखुरा लढवय्या शीख आणि तरीदेखील किती हळुवार मृदु वर्तनाचा.

रावळपिंडीमधील चर्चेबद्दल यू थांट यांनी पंतप्रधानांना माहिती दिली. आपल्या सेनादलांनी भारतीय प्रदेशामध्ये शिरकाव केला होता हे पाकिस्तान सरकारने कबूल केले. युद्धबंदीसाठीच्या आपल्या पूर्व अटीही त्यांनी विषद केल्या. पाकिस्तानच्या अटी शास्त्रींनी तात्काळ धुडकावल्या.

शास्त्री व अयूब खान यांना युद्ध तहकूब करण्याचा आग्रह त्यांनी लेखी पत्रांमधून केला. उशिरात उशिरा १५ सप्टेंबरला सकाळी ७.३०पर्यंत उत्तर द्यायची त्यात विनंती होती.

सप्टेंबर १३, १९६५ची नोंद

मंत्रीमंडळ आणीबाणी समिती बैठक. सकाळी ९.०० वाजता यू थांट यांचे प्रस्ताव आमच्यापुढे ठेवले गेले. त्यांना अंतिम उत्तर १५ (सप्टेंबर) ला सकाळी हवे. आम्ही– मुख्यत: मी व टी. टी. (कृष्णम्माचारी)– काही अटी घालून प्रस्ताव स्वीकारावेत असा आग्रह धरला; पण अखेरीस एकमत होऊ शकले नाही.

दुपारी ४.०० वाजता संसदीय काँग्रेस पक्ष कार्यकारिणीला नित्याप्रमाणे युद्ध परिस्थिती निवेदन– शांतता प्रस्तावावर. तिच्यात फार टीका.

सायंकाळी ६.३० वाजता पुन्हा मंत्रीमंडळ आणीबाणी समिती बैठक. त्यात सर्वसाधारण मतप्रवाह ठरला की, चकमकी थांबवण्याचा प्रस्ताव आपण मान्य करावा. मात्र खालील दोन मुद्द्यांवर आपली भूमिका स्पष्ट करावी.

(१) काश्मीरमध्ये जी नवी ठाणी व्यापली ती सोडणार नाही, कारण घुसखोरीला प्रतिबंध करावयाला ती अत्यावश्यक आहेत. आणि

(२) याच्यापुढे भारताच्या दृष्टीने काश्मीर हा राजकीय पातळीवर वाटाघाटी करायचा विषय राहिलेला नाही.

यू थांट यांच्या सन्मानार्थ पंतप्रधानांनी दिलेला खाना शिष्टाचाराप्रमाणे पार पडला.

सियालकोट भागात घनघोर लढाई चालू होती. तिथे पाकिस्तानने ५० रणगाडे गमावले होते. भारतीयांनी डोंगराळ भागातील हाजीपूर फुगवटा भागात बरीच आगेकूच केली. तसेच तिकडून एकदम दूरवर राजस्थानच्या बारमेर विभागात चढाई सुरू केली. तिचा उद्देश तेथील पाकिस्तानचा सेना विभाग तिथेच अडकून पडावा हा होता. त्या लढाईच्या अवस्थेत 'फक्त युद्धबंदी'ला चव्हाण अनुकूल नव्हते.

त्यांनी नोंद केल्याप्रमाणे, 'यू थांट यांचे प्रस्ताव आमच्यापुढे मांडण्यात आले. १५ला सकाळपर्यंत त्यांना उत्तर हवे होते. आम्ही, विशेषत: मी व टी. टी. (कृष्णाम्माचारी) यांनी काही अटी घालून (युद्धबंदी) स्वीकारावी असा आग्रह धरला; पण एकच निर्णायक मत निघू शकले नाही.'

मंत्रीमंडळामध्ये त्या दिवशी मतभिन्नता होती हे उघड होते. १४ व १५ सप्टेंबरच्या *वॉशिंग्टन पोस्ट*मध्ये सेलिग एस्. हॅरिसनने त्याबद्दल बातम्या दिल्या होत्या. त्यांच्या मते मंत्र्यांमधील मतभेद शस्त्रबंदी कोणत्या वेळी करावी याबद्दल होते. त्या क्षणी युद्ध थांबवणे टाळावे असा मंत्रीमंडळ आणीबाणी समितीला जनरल चौधरींचा आग्रह होता. पंजाबमध्ये सेनादल निर्णायक विजयापाशी आहे आणि पाकिस्तानी सेनादलांचे जास्तीतजास्त नुकसान करण्याची त्यांना संधी द्यायला हवी, असे त्यांचे म्हणणे होते. संरक्षणमंत्र्यांचा त्यांच्या म्हणण्यास जोरदार पाठिंबा होता. हॅरिसनच्या बातमीनुसार संयुक्त राष्ट्रसंघाचा ठराव स्वीकारण्याची बाजू पंतप्रधान मांडीत होते.

बहुधा मंत्रीमंडळामधील या मतभेदामुळे भारताने कालमर्यादा वाढवायची

विनंती केली. सरचिटणीसांनी ती मान्य केली आणि दोन्ही राजधान्यांना सूचना केली की, १५ सप्टेंबर सायंकाळी ६.३०पर्यंत युद्धबंदी पुढे ढकलली आहे.

चव्हाणांच्या नोंदीवरून स्पष्ट होते की, मंत्रीमंडळाच्या आणीबाणी समितीत दुसऱ्या दिवशीही एकमत होऊ शकले नव्हते.

सप्टेंबर १४, १९६५ची नोंद

युद्धबंदीचे अनुकूल व प्रतिकूल संभाव्य परिणाम काय होतील यावर मंत्रीमंडळ आणीबाणी समितीत सखोल चर्चा झाली. १४ सप्टेंबर रोजी भारताच्या पंतप्रधानांनी शस्त्रसंधी करायला आपण अनुकूल आहोत असे सांगितले. सरचिटणीसांनी त्यांना लिहिले, "सुरक्षा मंडळाच्या इच्छेचा आदर करण्यासाठी आणि पुष्कळ मित्रदेशांनी आम्हाला केलेल्या विनंतीचा आदर करण्यास ताबडतोब शस्त्रसंधी करण्याबद्दलचा तुमचा प्रस्ताव आम्ही स्वीकारतो.''

गुरुवार, १६ सप्टेंबर रोजी सकाळी ६.३० वाजल्यापासून शस्त्रसंधीचा हुकूम देण्यास भारताची तयारी आहे असे भारताने कळविले. मात्र १५ सप्टेंबर सकाळी ९.०० वाजेपर्यंत पाकिस्तानही तसे करायला तयार असल्याबद्दल यू थांटनी तशी खात्रीदायक हमी द्यायला हवी असेही कळविले. पंतप्रधानांनी त्याबाबत स्पष्ट केले, 'अशी शस्त्रसंधी फक्त गणवेशातील सैनिकांपुरतीच असेल. जम्मू आणि काश्मीर राज्यात जे हजारो सशस्त्र घुसखोर सीमेपलीकडून आले आहेत, त्यांचा बंदोबस्त करण्यासाठी सेना योग्य प्रकारे तैनात करायला भारत मोकळा राहील'. कोणत्याही अटी मान्य करण्यास यू थांट यांनी नकार दिला आणि कळविले, 'सुरक्षा मंडळाच्या ठरावानुसार मला हमी द्यायला हक्क दिलेला नाही'.

मंत्रीमंडळ आणीबाणी समितीने यू थांट यांच्या पत्रावर विचार केला आणि अधिक सौम्य भाषेत उत्तर पाठवावे असे ठरवले. त्यानुसार शास्त्रींनी उत्तर पाठवले. लढाया बंद करून त्यांनी सुचविल्याप्रमाणे थेट शस्त्रसंधी करण्याची तयारी पुनश्च दर्शविली व पाकिस्तान सरकारने तसेच करायला संमती दिल्याचे तुम्ही मला कळविल्याबरोबर तसे आम्ही करू असे अभिवचन दिले. शास्त्रींनी दिलेले अभिवचन यू थांट यांनी स्वीकारून

त्याची माहिती पाकिस्तानला दिली. १४ सप्टेंबरलाच चव्हाणांची पुढे नोंद आहे : '५.०० वाजता माझ्या कचेरीत यू थांटबरोबर ४५ मिनिटे माझी बोलणी झाली. ५ ऑगस्टपासून घडलेल्या प्रसंगांची माहिती चर्चेत आली आणि मी माझा दृष्टिकोन त्यांच्यापुढे मांडला. संरक्षण सचिव आणि भूसेनाप्रमुख हजर होते.'

सप्टेंबर १६, १९६५ची नोंद

ठरलेल्या वेळेच्या कित्येक तास नंतर, १६ सप्टेंबरला अध्यक्ष अयूब यांनी यू थांटच्या पत्राला उत्तर दिले. त्यात अनेक अटी घातल्या होत्या. पाकिस्तानचे अध्यक्ष म्हणाले, "शस्त्रसंधीला त्याच वेळी अर्थ येऊ शकेल, की जेव्हा त्यापाठोपाठ काश्मीर वादावर कायमचा तोडगा निघू शकण्यासाठी परिणामकारक यंत्रणा आणि कार्यपद्धती निर्माण करायची पावले पडतील."

१६ सप्टेंबरला सकाळी चव्हाणांनी संसदेला सांगितले की, सरचिटणीसांनी कळविल्याप्रमाणे पाकिस्तानकडून उत्तर मिळालेले नाही म्हणून आपल्या संरक्षण दलांनी युद्धाच्या मोहिमा पूर्वीप्रमाणेच जोराने चालू ठेवाव्यात.

सप्टेंबर १७, १९६५ची नोंद

मला झोपेतून सकाळी ६.०० वाजता जागे करण्यात आले व चीनकडून जवळजवळ अंतिम इशारा असल्याप्रमाणे कडक शब्दातील खलिता मिळाल्याचे सांगितले. त्यात मागणी होती की, 'सिक्कीमच्या सीमेजवळ चीनच्या प्रदेशात केलेले बांधकाम तीन दिवसांत काढून घ्या'. आकाशवाणीवरूनही सकाळी ६.३० वाजता ही बातमी सांगितल्याने तिला दुजोरा मिळाला.
मंत्रीमंडळ आणीबाणी समितीची बैठक सकाळी ९.०० वाजता पंतप्रधानांच्या घरी 'चीनच्या खलित्याचा विचार करण्यासाठी' झाली. बैठक सुमारे दोन तास चालली.

चिन्यांच्या खलित्याबद्दल शास्त्रींनी संसदेला सांगितले की, सप्टेंबर १९६२मध्ये सीमेवरती सिक्कीमच्या बाजूला कित्येक संरक्षक बांधकामे

भारतीयांनी केली पण नोव्हेंबर १९६२मध्ये ती सोडून देण्यात आली. सीमेची 'संयुक्त तपासणी' करण्याचा प्रस्ताव भारत पुन्हा पुढे करील.

चिन्यांचा मोठ्या प्रमाणावर हल्ला होण्याची शक्यता अपेक्षित नव्हती. चव्हाणांना वाटत होते की, चीन कुठल्या तरी पद्धतीची लक्ष विचलित करणारी कृती करून पाकिस्तानवरील दडपण कमी करायचा प्रयत्न करील आणि कमीतकमी धोका स्वीकारीत जास्तीतजास्त राजनैतिक फायदा उपटू पाहील. त्या संदर्भात नेफामधील चिनी सेनादलांची हालचाल अनिष्टसूचक होती.

सप्टेंबर १८, १९६५ची नोंद

चीनचे काय उद्देश असावेत याचे विवेचन व चर्चा यात हा दिवस गेलेला दिसतो. त्यांची धमकी 'किरकोळ' समजून चालणे योग्य नव्हते. युनायटेड किंग्डम, सोव्हिएत युनियन आणि अमेरिका यांच्याकडून मदत मागण्यासाठी राजनैतिक हालचाली सुरूही झाल्या होत्या आणि त्याच्याबरोबरच संयुक्त राष्ट्रसंघ सुरक्षा मंडळामध्ये पडद्यामागे बच्याच हालचाली चालू होत्या. यू थांट न्यूयॉर्कला (उपखंडाच्या भेटीनंतर) परतले होते आणि उपखंडामध्ये शांतता प्रस्थापित व्हावी म्हणून राष्ट्रांचे प्रतिनिधी नव्या ठरावाचा मसुदा बनविण्यात गुंतले होते.

सप्टेंबर १९, १९६५ची नोंद

चीनने दिलेली अंतिम मुदत या दिवशी संपत होती. चव्हाणांनी रात्री आकाशवाणीवरून राष्ट्राला उद्देशून चीनच्या धमक्यांना तोंड देण्यासाठी भारतीय सेनादले तयार आहेत असे सांगितले. तसेच सरकार व सेना सतर्क असून परिस्थिती हाताळण्यासाठी जे काही आवश्यक आहे ते केले जाईल याचे आश्वासन त्यांनी राष्ट्रास दिले.

सप्टेंबर २०, १९६५ची नोंद

चिन्यांनी त्यांच्या कालमर्यादेची मुदत आणखी तीन दिवसांनी वाढवली. मोठे डोकेबाज लोक खरे.

सायंकाळी मंत्रीमंडळ आणीबाणी समिती बैठक. तोपर्यंत सुरक्षा मंडळाचा ठराव मिळाला होता. त्यानुसार २२ सप्टेंबर सकाळपर्यंत युद्धबंदी अंमलात आणण्याचा आदेश होता. समितीमध्ये त्यावर सर्वसाधारण चर्चा झाली आणि दुसऱ्या दिवशी बैठक घ्यायचे ठरवून सभा तहकूब झाली.

सायंकाळी ६.०० वाजता संरक्षणदलांच्या प्रमुखांबरोबर मी बैठकीत होतो, तेव्हा मला निरोप मिळाला की, मी पंतप्रधानांना भेटावे; सोबत संरक्षण खात्याचे सचिव आणि संरक्षणदलांचे प्रमुख यांना घेऊन यावे (एल. के. झा हजर होतेच). सायंकाळी ७.०० वाजता पंतप्रधानांच्याकडे बैठक भरली.

लष्करी दृष्टीने करायच्या मूल्यमापनावर काही प्राथमिक चर्चा झाल्यावर असे ठरले की, 'पाकिस्तान जर अनुकूल असेल, तर नुसती युद्धबंदी करण्याची आमची इच्छा आहे' असा संदेश यू थांट यांना पाठवावा. संयुक्त राष्ट्रसंघटनेतील भारताचे कायम प्रतिनिधी जी. पार्थसारथी यांच्यातर्फे तो पोचवावा.

भारत आणि पाक या दोघांपैकी कोणालाच निर्णायक विजय मिळविता येणार नाही, हे स्पष्ट झाले होते. दोन्ही पक्ष 'दमछाक' अवस्थेत लढत होते. परिणामी युद्ध संपुष्टात आणावे अशा निष्कर्षाला दोन्ही बाजूंचे सरसेनापती पोहोचले होते.

रणक्षेत्रावरील परिस्थितीचा काळजीपूर्वक विचार केला असता, भारताची मुख्य उद्दिष्ट्ये साध्य झाली आहेत या निर्णयाला भूसेनाप्रमुख आले होते. परिस्थिती सेनादलाच्या आटोक्यात होती आणि कोणतीही शर्त न राखता शस्त्रसंधीला पाठिंबा द्यायला ते तयार होते. असे केले असता चीनच्या आव्हानाला काही अर्थ राहणार नाही याची जाणीव सर्वांना होती.

युद्धक्षेत्रावरील भारताची वरचढ, तसेच भूसेनाप्रमुखांची शिफारस यांचे पुन्हा एकदा उच्चस्तरीय समितीत समालोचन करून पंतप्रधानांनी शस्त्रसंधी-प्रस्ताव स्वीकारला. आता लढाईचे रणक्षेत्र न्यूयॉर्कला संयुक्त राष्ट्रसंघामध्ये हलले.

मूळ अंतिमोत्तर (ultimatum) काळ संपल्यावर चिन्यांनी अंतिम मुदत ७२ तासांनी वाढविली. अशा प्रकारे सद्यस्थितीचा फायदा शेवटच्या

क्षणी घेण्याचा प्रयत्न चीनने केला होता.

सप्टेंबर २१, १९६५ची नोंद

आजचा दिवस घाईगर्दीने गेला (घटना एकामागून एक जलद घडल्या.). सकाळीच बातमी आली की, चिन्यांनी नाथु-ला (सिक्कीम) आणि काही ठिकाणी गोळीबार सुरू ठेवला आहे. तीन दिवसांची (उत्तर द्यायच्या) मुदतीत दिलेली वाढ ही एक थापच होती. आपल्या सैनिकांना तुमच्यावर गोळीबार झाल्यावर गोळीबारानेच उत्तर द्या आणि मोठा हल्ला आला तर संरक्षक मोर्चे घ्या, असा हुकूम दिला होता.

(१) मंत्रीमंडळ आणीबाणी समिती बैठक झाली. यू थांटना अगोदरच पाठविलेल्या संदेशाबद्दल त्यात पंतप्रधानांनी सांगितले. फारशी चर्चा न होता समितीने त्याला अनुमती दिली.

(२) पक्षाच्या कार्यकारिणीची बैठक झाली, त्यात पंतप्रधानांनी केलेल्या कृतीला (यू थांटला उत्तर) मोठ्या उल्हासात मान्यता मिळाली.

(३) सर्व पक्षांच्या पुढाऱ्यांची बैठक झाली. यू थांटना उत्तराचा संदेश पाठविण्याची पंतप्रधानांची कृती मुत्सद्दीपणाची व शहाणपणाची आहे, असे त्यांचे मत (व्यक्त) झाले.

बलवंतभाईंचे (मेहतांचे) विमान एका पाकिस्तानी विमानाने गोळ्या घालून पाडले, याला दुजोरा मिळाला.

सायंकाळी वृत्त समजले, की भुत्तो (परराष्ट्रमंत्री) सुरक्षा मंडळापुढे भाषण करण्यासाठी पाकिस्तानहून न्यूयॉर्ककडे रवाना झाले.

मला म्हणायचे की ते तेथे 'भुंकतील भुंकतील' आणि अखेरीस युद्धबंदीला कबुली देतील.

अपेक्षेप्रमाणे नंतरच्या २४ तासांमध्ये चिन्यांची धमकी विरून गेली. वरिष्ठ पातळीवरील राजनैतिक कारवाया आणि शाब्दिक युद्धाला संयुक्त राष्ट्रसंघटनेमध्ये प्रारंभ झाला आहे. पाकिस्तानचे परराष्ट्रमंत्री भुत्तो न्यूयॉर्कच्या वाटेवरती आहेत.

युद्धबंदीपूर्वी शेवटची धडपड

संयुक्त राष्ट्रसंघ

२० सप्टेंबर रोजी सुरक्षा मंडळाचा एकमताने ठराव होऊन २२ सप्टेंबरच्या सकाळपासून युद्धबंदी करायचा त्यात आदेश होता. फक्त जॉर्डन तटस्थ होता. तसेच ५ ऑगस्ट रोजी जेथे होती त्या त्या जागी आपली सैन्ये त्यानंतर माघारी घेण्यास सांगितले गेले होते. हे सारे पार पाडल्यानंतर या संघर्षाच्या मुळात असलेल्या राजकीय प्रश्नाच्या सोडवणुकीच्या दृष्टीने मदत म्हणून कोणती पावले टाकता येतील, त्याचा विचार करण्याचे आश्वासन सुरक्षा मंडळाने ठरावात दिले होते. ठरावात पेकिंगलाही एक इशारा होता. त्या भागातील परिस्थिती चिघळेल अशी कोणतीही कृती करण्यापासून इतर सर्व देशांनी दूर राहावे असे या ठरावात आवाहन होते.

२० सप्टेंबर रोजी न्या. छगला यांनी भारताकडून कोणत्याही अटी न लादता संरक्षण मंडळाच्या युद्धबंदी ठरावास मान्यता दिली व पाकिस्तानची तशीच मान्यता मिळताच, युद्धबंदीविषयक घोषणा करता येईल असे सांगितले. भारताच्या नि:संदिग्ध घोषणेनंतर यू थांट यांनी अयूब यांना संदेश पाठवून त्यांची मान्यता घेण्यास बरेच प्रयत्न केले. त्याला प्रतिसाद न मिळाल्यामुळे शेवटी यू थांट यांनी भारताचे प्रतिनिधी जी. पार्थसारथी यांना सुचविले की, भारताने एकतर्फी युद्धबंदी लागू करावी. त्या प्रस्तावाला चव्हाणांनी खंबीरपणे विरोध केला व तसे करण्यास भारत तयार नाही असे लालबहादूर शास्त्री यांनी कळविले.

२० सप्टेंबर, १९६५ रोजी सुरक्षा मंडळाने दोन्ही बाजूंच्या सैन्यांनी ज्या स्थळावर ते ५ ऑगस्ट, १९६५ला होते तेथपर्यंत माघारी जावे असा आदेश दिला होता. तसे केल्यास १९४९ साली जी युद्धबंदी रेषा आखली गेली होती त्याच्या माघारी सैन्यांनी जावे असा त्याचा अर्थ

होता. त्यास मान्यता न देण्यासाठी शास्त्रीजींवर दबाव होता. सद्यस्थितीत १९४९च्या युद्धरेषेला काहीच अर्थ राहिला नव्हता असे बऱ्याच राजकीय पुढाऱ्यांचे मत होते.

तीच अडचण पाकिस्तानची होती. १९४९ची युद्धरेषा काश्मीर खोऱ्याच्या पलीकडे होती. हाजीपूर, पूंछ व उरी या विभागात पाकिस्तानने ती रेषा पार करून खोऱ्याच्या दिशेने जाण्यासाठी सर्व प्रयत्न केले होते. आता जर सुरक्षा मंडळाच्या २० सप्टेंबरच्या ठरावाप्रमाणे सैन्य १९४९च्या युद्धरेषेप्रमाणे पाठीमागे घ्यावयाचे, तर आपण कशासाठी युद्ध केले आणि रक्त सांडले हा प्रश्न पाक अध्यक्ष अयूब खान यांना भेडसावीत होता. तो ठराव फेटाळून लावावा असे त्यांच्या मनात होते परंतु युद्धक्षेत्रावरील परिस्थिती पाकिस्तानच्या बाजूची नव्हती. त्यांचे सेनानी जनरल मुसा यांनी कळविले होते, 'सैन्याकडे गोळीबारूद तसेच चिलखती आणि रणगाड्यांसाठी लागणारी यंत्रसामग्री यांचा अभाव आहे'. तसेच एअर मार्शल नूरखान यांनी 'पाक विमाने व विमानतळाची मोठ्या प्रमाणात हानी झाल्यामुळे आपली हल्ला करण्याची शक्ती फारच कमी झाली आहे,' असे कळविले होते. पण त्या परिस्थितीतही पाकचे परराष्ट्रमंत्री झुल्फिकार अली भुत्तो यांनी पाकने युद्धबंदीस १९४९च्या रेषेनुसार अनुमती देऊ नये असा हट्ट धरला होता. चीन अजूनही पाकिस्तानला मदत करण्यासाठी हात पुढे करेल व भारताला अडचणीत टाकण्यासाठी भारताच्या ईशान्य क्षेत्रात हल्ला करेल अशा अपेक्षेत ते होते.

त्या अवघड राजकीय दबावाला तोंड देण्यासाठी अयूब यांनी चीनचे प्रधानमंत्री चौ-एन-लाय यांची प्रत्यक्ष भेट घेण्याचे ठरविले. त्याप्रमाणे १९-२० सप्टेंबरच्या रात्री अयूब व भुत्तो पेकिंगला गेले होते. चौ-एन-लाय यांनी पाकिस्तानने हल्ला सुरू ठेवावा व आपण भारतावर दबाव आणू असे आश्वासन दिले. शेवटपर्यंत पाकिस्तानने लढावे व कोणत्याही परिस्थितीत अमेरिका आणि रशिया यांच्या दबावाखाली युद्धबंदी करू नये असा त्यांनी सल्ला दिला. असे झाल्यास पाकिस्तान रशियाच्या सापळ्यात पकडला जाईल असे त्यांचे मत होते. अयूब व भुत्तो यांना रिकाम्या हाती परत यावे लागले. दुसरे दिवशी म्हणजे २१ सप्टेंबरला भुत्तो न्यूयॉर्कमध्ये दाखल झाले. त्यांनी सुरक्षा मंडळाचे अध्यक्ष व

अमेरिकेचे प्रतिनिधी गोल्डबर्ग यांना खडसावून सांगितले की, पाकिस्तान युद्धबंदी ठरावास केव्हाही मान्यता देणार नाही.

त्या वेळी २१ सप्टेंबरच्या रात्री सुरक्षा मंडळाचे बैठकीत भुत्तोंनी जहाल भाषेत भारतावर आग ओतणे चालू ठेवले व वारंवार मंडळाच्या २० तारखेच्या ठरावास विरोध दर्शविला. भारतात २२ सप्टेंबरची सकाळ उजाडली होती व भारत अपेक्षेने युद्धबंदीची वाट पहात होता.

युद्धसमाप्ती

बुधवार, सप्टेंबर २२, १९६५

चव्हाणांची नोंद

पहाटे ५ वाजता मी बिछान्यावर पडलो असतानाच पी.व्ही.आर. राव यांचा फोन आला. त्यांनी सांगितले की 'पार्थसारथी यांनी फोनवरून कळविले आहे की, आपण एकतर्फी युद्धबंदी जाहीर करावी, अशी सरचिटणीसांची इच्छा आहे'.

ही सूचना अव्यवहारी होती. मी त्यांना म्हटले की, मंत्रीमंडळ आणीबाणी समितीची बैठक घेऊन त्यात याचा विचार केलेला बरा. माझा स्वत:चा अशा आत्मघातकी प्रस्तावाला पूर्ण विरोध आहे. सकाळी ८.३० वाजता मंत्रीमंडळ आणीबाणी समितीची बैठक झाली. मी माझे मत पुढे ठेवले. समितीची त्यावर अनुकूलता होती. तसा संदेश पार्थसारथी यांना पाठविण्यात आला.

सदरच्या बैठकीनंतर, सकाळी ११.०० वाजण्याच्या सुमारास मला संदेश मिळाला की, सुरक्षा मंडळापुढे भुत्तोंचे भाषण चालू आहे आणि एक वावडी उठली आहे की, ते आणखी काही वेळाची मागणी करत आहेत. मी भूसेनाप्रमुखांना, तसे काही ठरले (पाकिस्तानला अधिक वेळ दिला) तर त्याचे संभाव्य परिणाम कोणते होतील, यावर विचार करायला बोलविले. दुपारी १२.०० वाजता ते माझ्याकडे आले. जवळपास एक तास ते मजबरोबर होते. आम्ही अनुकूल व प्रतिकूल बाबी विचारात घेत होतो. हवाईसेनाप्रमुख आले. दुपारी १२ वाजून ४५ मिनिटांनी वृत्तसंस्थेमधून बातमी कळली की, युद्धबंदीला भुत्तोंनी संमती दिलेली आहे. दरम्यान भूसेनाप्रमुख (सैन्याला धावयाच्या)

आझांचा प्रस्ताव घेऊन आले. पंतप्रधानांचा निरोप मिळाला की, आम्ही सर्वांनी त्यांच्याकडे जाऊन चर्चा करावी. तो 'आझांचा' तर्जुमा आम्ही पंतप्रधानांना दाखविला आणि त्यांनी त्याप्रमाणे कार्यवाही करण्यास मान्यता दिली. आता दुपारचा १.३० वाजला होता. पंतप्रधानांनी युद्ध मोहिमेच्या यशाबद्दल भूसेनाप्रमुखांचे अभिनंदन केले. तेथील सर्वांनाच समाधान वाटले. मलाही अभिमान वाटला. संसदेमध्ये दुपारी ३ वाजून ३० मिनिटांनी पंतप्रधानांनी निवेदन केले. त्याचे स्वागतही चांगल्या प्रकारे झाले.

दुपारी ४.३० वाजता मंत्रीमंडळ आणीबाणी समितीची बैठक झाली. पंतप्रधानांनी छोटेसे भाषण केले आणि भूसेनाप्रमुख व हवाईसेनाप्रमुख यांचे अभिनंदन केले. आम्हा सर्वांना अभिमान वाटला. मंत्रीमंडळातील सहकाऱ्यांनी प्रेमभराने माझे अभिनंदन केले. आपले भूसेनादल व हवाईसेना हे आता आपणासाठी राष्ट्रीय गौरवाची व वैभवाची निशाणी बनलेले आहेत. माझ्या दृष्टीने अत्यंत महत्त्वाचा 'महान दिवस' म्हणजे आजचा. तसेच चौधरी आणि अर्जन सिंह यांच्यासाठीही महान दिवस. आणि त्या वेळी एकच आठवड्यापूर्वी कृष्ण मेनन यांच्याशी झालेले संभाषण आठवले. चौधरींवर मी फार अवलंबून असतो आणि ते अशा प्रकृतीचे सेनापती आहेत, की जे कधी लढणार नाहीत, असे त्यांनी मला सांगितले होते. मी त्यांना म्हटले होते की, माझे मत याबद्दल त्यांच्यापेक्षा निराळे आहे. मी त्यांच्या मताशी सहमत नाही. कृष्ण मेनन स्वतःच्या व्यक्तिगत नावड-नाखुषीनुसार मत बनवीत होते. मी त्यांना सांगून ठेवले, गेली तीन वर्षे मी चौधरींना पाहतो आहे आणि मला जे काही त्यांच्यात दिसले त्यावरून माझी खात्री आहे की, भारताच्या सेनेच्या आत्मगौरवाचा पुरावा द्यायची वेळ असली तर चौधरी निश्चित लढतील. या माणसाबद्दल मी बनवलेले मत पुराव्यानिशी सिद्ध झाले. ते लढले, अगदी उत्तम प्रकारे लढले.
एअर मार्शल अर्जन सिंह म्हणजे रत्नासारखा माणूस. शांत प्रकृतीचा पण मोठा कार्यक्षम. आणि भडकून जाणारा नव्हे. पण फार कर्तबगार नेता.

तर अशी पहिली फेरी पार पडली. दुसरी फेरी कोठे, केव्हा असेल?
मला मात्र आतून जाणवते आहे की, जगाच्या या भागातील
कटकटींना ही फक्त सुरुवात आहे. आपण आपल्याला मिळणाच्या
उसंतीचा उपयोग कसा करतो त्यावर या देशाचे भवितव्य ठरणार
आहे. भारताच्या भोवती विळखा टाकण्याची धोकादायक प्रक्रिया
शत्रूराष्ट्रांनी पूर्ण केली असे दिसते. काश्मीर प्रश्नावर संयुक्त
राष्ट्रसंघटनेतील पुढारी राष्ट्रे आणि रशियासुद्धा आपल्या बाजूचा नाही.
दु:खाची गोष्ट म्हणजे आपण अगदी एकाकी आहोत.
आपल्या आजवरच्या परराष्ट्र-धोरणाचा हा परिणाम. तो प्रश्न (काश्मीर)
मुळात राजकीय स्वरूपाचा. अर्थात त्याचे उत्तर राजकीयच हवे असले
पाहिजे.

आपल्या चांगल्या नशिबाने आपण या संघर्षातून सुखरूप बाहेर
आलो. पण आपण हे प्रश्न पुन्हादेखील निव्वळ लष्करी स्वरूपाचे
बनवले तर ती अनिष्टसूचक चूक ठरणार आहे. ज्या राजकीय
एकाकीपणात आपण स्वत:स पाहतो आहोत, ते (दुष्टचक्र) मोडून,
जलदीने अगदी निराळ्या स्वरूपाची पावले टाकली नाहीत, तर तसेच
घडणार आहे.
हा चेंडू राजकारणाच्या प्रांगणात पुन्हा पडत आहे. तिथेच त्याची खरी
खेळी. लष्करी वर्तुळात त्याची जागा नाही. दूरदृष्टीने, धैर्याने आपल्या
राजकीय नेतृत्वाला असणारे हे आव्हान आपण स्वीकारून दाखवू,
अशी माझी आशा आहे.

युद्धक्षेत्र

२१ सप्टेंबरपर्यंत चाविंडा या खेमकरण भागातील गावानजिक पाकिस्तानने
उभारलेल्या संरक्षक फळीला खिंडार पाडण्याचे भारताचे प्रयत्न विफल
झाले होते. सियालकोट भागात मोठी सैनिकहानी पत्करून मिळवलेले
तेवढे एकच आपले यश होते. लष्करी मोहिमा संपविण्याला आपली
तयारी आहे असे सरकारला कळवायला भारतीय सेनाधिकाऱ्यांना ते
पुरेसे वाटले. ते मिळविल्यावर पश्चिम विभागाचे सेनानी आणि भूसेनाप्रमुख
या दोघांमध्ये एकमत झाले की, 'आपण आता या बलवान भूमिकेवरून
युद्धबंदी मान्य करू शकू'.

हाजीपूर खिंडीजवळच फुगीर डोंगराळ भाग भारताने व्यापला होता. तसेच जम्मू व काश्मीर भागात, टिथवाल व कारगील भागात काही प्रदेश आणि लाहोर व सियालकोट भागात छोटे छोटे भूप्रदेश घेतले होते. पाकिस्तानने छांब व खेमकरण भागात काही भारतीय प्रदेश घेतला होता. भारताने सुमारे ७२० चौरस मैल पाक प्रदेश जिंकला होता. त्यात बारमेर भागात १५० चौरस मैल प्रदेश होता. पाकिस्तानने भारताचा अंदाजे ४०० चौरस मैल प्रदेश व्यापला होता. त्याखेरीज राजस्थान सीमेवरील बऱ्याच मोठ्या भारतीय प्रदेशावर ताबा मिळवल्याचे पाकिस्तान म्हणत होते.

२२ व २३ सप्टेंबरच्या रात्री युद्धबंदी लागू होण्यापूर्वी चपळाई करून पाकिस्तानी डेझर्ट रेंजर्सनी अचानक आक्रमण करून सीमेवरील अनेक चौक्यांजवळ कब्जा केला होता.

संयुक्त राष्ट्रसंघ व युद्धसमाप्ती

२१ सप्टेंबरला संध्याकाळी न्यूयॉर्क येथे संरक्षण मंडळाची सभा भरली होती. त्या वेळी भारतात २२ तारखेची पहाट झाली होती. भारताने युद्धबंदीसाठी आपली संमती महासचिवांना कळवली होती. २१-२२ तारखेच्या मध्यरात्रीपर्यंत, पाकिस्तानचे परराष्ट्रमंत्री यांनी पाकिस्तान युद्धबंदी स्वीकारणार नाही असे ठासून सांगितले होते. त्यानंतर यू थांट यांनी लालबहादूर शास्त्री यांना सुरक्षा मंडळाने २० सप्टेंबरला केलेल्या ठरावानुसार युद्धबंदी एकतर्फी लागू करावी असे सुचविले. ती विनंती भारतास मान्य नाही असे शास्त्रींनी ताबडतोब कळविले. भुत्तोंनी जहाल भाषण करून पाकिस्तानवर अन्याय होत आहे हे पटविण्याचा प्रयत्न चालू ठेवला होता. न्यूयॉर्क स्थानिक वेळेप्रमाणे सुरक्षा मंडळाने युद्धबंदी लागू करण्याची वेळ संपत असतानाच अखेरच्या क्षणी भुत्तोंनी घोषणा केली की, 'आंतरराष्ट्रीय हिताच्या दृष्टीने राष्ट्राध्यक्ष अयूबखान यांनी युद्धबंदीचा स्वीकार केला आहे'. पाकिस्तानची संमती मिळताच सुरक्षा मंडळाने युद्धबंदी २३ सप्टेंबर रोजी पहाटे ३.०० वाजता पाकिस्तानने व ३.३० वाजता भारताने अंमलात आणावी, असा प्रस्ताव मान्य केला.

प्रस्तावाची माहिती २२ सप्टेंबरला दुपारी १२.४५ वाजता पंतप्रधानांना मिळाली व त्यांनी यशवंतराव चव्हाण यांना चर्चेसाठी ताबडतोब बोलावले. त्यांना निरोप मिळाला तेव्हा चव्हाण जनरल चौधरी व एअर मार्शल

अर्जुन सिंह यांच्याबरोबर पाकिस्तानने जर युद्धबंदी स्वीकारली नाही तर पुढे कोणती पावले उचलावीत याविषयी आपल्या कार्यालयात सल्लामसलत करीत होते. पंतप्रधानांचा निरोप मिळताच ते दोन्ही सेनानींना घेऊन पंतप्रधानांच्या कार्यालयात गेले. तिथे काय झाले याचे यथार्थ वर्णन यशवंतरावांनी आपल्या शब्दात केले आहे.

एकंदर सगळीकडे आनंदी आनंदाचे वातावरण पसरले होते आणि भारतीय सेनानी जनरल जे. एन्. चौधरी व एअर मार्शल अर्जुन सिंह यांचे पंतप्रधानांनी फार भावपूर्ण अभिनंदन केले. तो क्षण चव्हाणांना अभिमानास्पद होता आणि त्याचा उल्लेख त्यांनी आपल्या रोजनिशीत 'महान दिवस' म्हणून केला.

ताश्कंद
युद्धक्षेत्रात जीत – वाटाघाटीत हार

युद्धबंदी २३ सप्टेंबर, १९६५ रोजी लागू झाली. ज्या तऱ्हेने लालबहादूर शास्त्री यांनी १ सप्टेंबर ते २२ सप्टेंबरपर्यंत देशाला नेतृत्व दिले होते, त्यामुळे त्यांच्याच शब्दात 'एका नवीन भारताचा जन्म झाला होता'. पाकिस्तानचा युद्धक्षेत्रावर झालेला पराजय आणि चीनच्या धमक्यांना प्रत्युत्तर दिल्यामुळे भारताने युद्धनीती, तसेच शिष्टाई या दोहोंमध्ये विजय मिळविला होता. रशिया व अमेरिका या दोन्ही देशांनी आपल्या वर्तनामुळे भारताशी मैत्रीपूर्ण संबंध प्रस्थापित केले.

त्याच वेळी या युद्धामध्ये पाकिस्तानची मानहानी झाली होती आणि पाकिस्तानच्या बऱ्याच भागांवर भारतीय सेनेने कब्जा केला होता. मुख्यतः लाहोरच्या समोर इच्चोगिल कालव्याच्या पूर्वेकडे भारतीय सैन्य 'जैसे थे' या भूमिकेत उभे होते; या परिस्थितीत पाकिस्ताननने अधूनमधून गोळीबार करण्याचे चालू ठेवले होते. त्याची तीव्रता लक्षात येताच राष्ट्रसंघाच्या सुरक्षा मंडळाने २७ सप्टेंबरला एका ठरावानुसार दोन्ही पक्षांना त्यांनी दिलेला युद्धबंदीचा शब्द तंतोतंत पाळावा, असे आवाहन केले. आंतरराष्ट्रीय स्तरावर अमेरिका यापुढे स्वतः काही पुढाकार घेईल असे दिसत नव्हते. ब्रिटनने ज्या तऱ्हेने युद्धाच्या सुरुवातीला विधाने केली होती, त्यामुळे तिचीही विश्वासार्हता भारतास राहिली नव्हती. सोव्हिएत युनियन हा एकच महत्त्वाचा देश होता, ज्याने भारताशी युद्धकाळातही संयमपूर्वक मैत्रीभावाने विचारविनिमय व शिष्टाचार ठेवला होता. या पार्श्वभूमीवर रशियाचे पंतप्रधान कोसिजिन यांनी, जर दोन्ही देशांना मान्य असेल, तर आपण दोघांमध्ये समझोता करण्यासाठी मदतीला येऊ शकतो; असे निर्देशित केले होते.

खरे म्हणजे, काही विशेष प्रसिद्धी न करता याविषयी कोसिजिन

यांनी लालबहादूर शास्त्री यांच्याशी युद्धकाळात संपर्क साधला होता. २३ सप्टेंबर, १९६५ रोजी संसदेमधील आपल्या निवेदनात पंतप्रधानांनी, १८ सप्टेंबरला कोसिजिन यांनी आवाहन केले आहे असे सांगितले आणि त्यास भारत प्रतिसाद देण्यास तयार आहे हेही सांगितले. १८ नोव्हेंबरला भुत्तो यांनी पाकिस्तानला कोसिजिन यांची मध्यस्थी मान्य आहे असे जाहीर केले. तद्नंतर सोव्हिएत रशिया, ताश्कंद शहरात दोन्ही देशाच्या प्रतिनिधींची बैठक घेण्यास तयार आहे असे जाहीर करण्यात आले. ताश्कंदसंबंधी पंतप्रधानांनी काँग्रेस पक्ष, शासन तसेच इतर पक्षांशी चर्चा करण्यास सुरुवात केली. ३ जानेवारी, १९६६ला लालबहादूर शास्त्री ताश्कंदसाठी निघाले तेव्हा संरक्षणमंत्री यशवंतराव चव्हाण तसेच परराष्ट्रमंत्री स्वर्णसिंग व काही वरिष्ठ अधिकारी त्यांचेबरोबर होते.

लालबहादूर शास्त्री व अयूब यांचे ताश्कंद येथे सोव्हिएत युनियनचे पंतप्रधान कोसिजिन यांनी स्वागत केले व दोघांना निरनिराळ्या व्हिलामध्ये, जेथे निवासाची व्यवस्था केली होती, तेथे स्वत: घेऊन गेले. दुसरे दिवशी सकाळी ४ जानेवारीला शास्त्रीजींनी स्वर्णसिंग व यशवंतराव चव्हाण यांच्याशी विचारविनिमय केला व ते राष्ट्राध्यक्ष अयूब यांच्या भेटीसाठी गेले. तद्नंतर दोन दिवस युद्धक्षेत्रावर सुरक्षा मंडळाच्या २० ऑगस्ट, १९६५च्या ठरावाप्रमाणे दोन्ही देशांनी आपापले सैन्य ५ ऑगस्ट, १९६५ रोजी ज्या ठिकाणी होते तेथे परत न्यावे यावर कोसिजिन यांनी भर दिला. त्यांच्या मते या ठरावाविषयी ताश्कंदमध्ये कोणतीही चर्चा करणे योग्य होणार नाही असे होते. सैन्यदल पाठीमागे घेण्यात मुख्य धोका हाजीपीर खिंडीच्या विभागात होता कारण त्या जागेवरून सैन्य हटविल्यास पाकिस्तान परत घुसखोरीला सुरुवात करू शकेल हे स्पष्ट होते. या प्रश्नाचा बराच ऊहापोह झाल्यानंतर यशवंतराव चव्हाण व त्यांचे लष्करी सल्लागार यांचा तात्त्विक विरोध असतानाही, जर भारत-पाक देशात शांतता व मैत्रीभाव स्थापन होणार असेल, तर आपण त्याच्या आड येणार नाही, असे शास्त्रीजींनी स्पष्ट केले आणि त्यासाठी हाजीपीर खिंडीतून सैन्य माघारी घेण्यास मान्यता दिली.

तद्नंतर लालबहादूर शास्त्रींनी हाजीपीर आणि टिथवाल या भागातून सैन्य माघारी घेण्यास भारत तयार आहे, असे सांगताना हेही स्पष्ट केले की, छांब, खेमकरण आणि राजस्थान या भागात पाकिस्तान आपले

सैन्य माघारी घेण्यास तयार असेल; तर भारतही सियालकोट आणि राजस्थान या भागांतून आपले सैन्य माघारी घेईल.

युद्धबंदी व सुरक्षा मंडळाने दिलेले आदेश यांविषयीची बैठक सफल झाल्याचे लक्षात येताच, कोसिजिन यांनी ती बैठक कशी आटोपता येईल यावर भर देऊन, यासंबंधी दोन्ही पक्षांवर दबाव आणण्यास सुरुवात केली. दोन्ही देशांचे प्रतिनिधी, सोव्हिएत रशियाचे मंत्री आन्द्रे ग्रोमिको (Gromyko) यांच्या मदतीने, दोन्ही देशाच्या पुढाऱ्यांच्या मान्यतेसाठी मसुदे तयार करण्यात गुंतले होते. बराच ऊहापोह व चर्चा यानंतर १० जानेवारी, १९६६ रोजी सर्वमान्य मसुदा तयार झाला. त्याला ताश्कंद जाहीरनामा (The Tashkent Declaration) असे नाव देण्याचे ठरले. त्या दिवशी दुपारी शास्त्री व अयूब यांनी जाहीरनाम्यावर सह्या केल्या व त्याच संध्याकाळी कोसिजिन यांनी नेते, तसेच प्रतिनिधी मंडळाला मेजवानीसाठी आमंत्रित केले.

लालबहादूर शास्त्री रात्री १०.१५ वाजता आपल्या व्हिलामध्ये परत आले व लवकरच झोपण्यासाठी आपल्या खोलीत गेले. त्याच मध्यरात्री त्यांचे निधन झाले. दुसरे दिवशी दुपारी (११ जानेवारी, १९६६) पंतप्रधान लालबहादूर शास्त्री यांचे पार्थिव दिल्लीत आणण्यात आले.

संरक्षणमंत्री यशवंतराव चव्हाण व विदेशमंत्री स्वर्णसिंग, तसेच भारताचे प्रतिनिधी मंडळाचे सदस्य त्याच विमानाने परत आले.

ताश्कंद का?
काय मिळाले, काय गमावले...

पंतप्रधान लालबहादूर शास्त्री यांच्या आकस्मिक निधनाने आणि ज्या शोकाकुल वातावरणात त्यांचा अंत्यविधी झाला, तद्नंतर सर्व देश ताश्कंद करार म्हणजे स्वर्गीय पंतप्रधानांचे भारताला दिलेले शेवटचे योगदान यादृष्टीने पाहू लागला. त्यामुळे तो करार भारतासाठी खरोखरच आवश्यक होता का आणि त्यामुळे भारतास काय लाभ झाला यासाठी कोणत्या पार्श्वभूमीवर भारताला ताश्कंद बैठकीस जावे लागले, हे जाणणे आवश्यक आहे.

२३ सप्टेंबरला युद्धसमाप्तीची औपचारिक घोषणा झाली होती; तरी स्थानिक पातळीवर आपले स्थान कसे बळकट करता येईल यासाठी दोन्ही देशांचे सैनिक धडपडत होते. २३ सप्टेंबर आणि ३ ऑक्टोबर यादरम्यान राजस्थानमध्ये पाकिस्तानी फौजांनी १६०० चौरस मैलांचा व ११ गावांचा कब्जा केला होता. तसेच उरी-पूंछ फुगवटा आणि टिथवाल या क्षेत्रात अधिकाधिक पुढे सरकण्याचा प्रयत्न पाकिस्तानी सैन्याने चालू ठेवला होता. भारतीय सेनाही छांब-अखनूर फुगवट्याच्या क्षेत्रात, तसेच इच्छोगिल कालव्याच्या पूर्व क्षेत्रात आपापली ठाणी मजबूत करण्यात गुंतली होती. युद्धबंदीच्या काही तासांनंतर भारताने पाकिस्तानविरुद्ध तक्रार नोंदवली होती. पुढील काही आठवड्यात दोन्ही पक्षांनी अशा कित्येक तक्रारी राष्ट्रसंघाकडे नोंदविल्या. राष्ट्रसंघाची मूळ अडचण म्हणजे त्यांच्याकडे शस्त्रबंदीचे निरीक्षण करण्यासाठी पाहिजे तेवढे मनुष्यबळ नव्हते. १९४९ साली झालेल्या शस्त्रसंधी रेषेची लांबी ७५२ किमी होती; तर १९६५च्या युद्धानंतर त्याची लांबी जवळजवळ १६०० किमी झाली होती. विशेषत: ही रेषा फक्त जम्मू-काश्मीर आणि सलग भारत-पाक सीमेपुरती राहिली नसून, ती अरबी समुद्रापासून हिमालयाच्या काश्मीरमधील

टोकावरील सीमेपर्यंत पसरली होती.

१९४९ सालच्या कराची करारामध्ये असे मान्य करण्यात आले होते की, दोन्ही देशांच्या सेना युद्धविरामरेषेपासून कमीतकमी पाचशे यार्ड मागे राहतील. परंतु १९६५मध्ये लागू झालेल्या युद्धबंदीनंतर काही ठिकाणी दोन्ही देशांच्या सेना युद्धविरामरेषेपासून तीस यार्डांवर होत्या. त्यामुळे केव्हाही आणि कुठेही एकमेकांवर गोळीबार करण्याचे प्रसंग उद्‌भवण्याची शक्यता वाढली होती. आणि तसेच झाले व कित्येक तक्रारी राष्ट्रसंघात नोंदवण्यात आल्या. सुरक्षा मंडळाने त्यांची नोंद घेतली आणि दोन्ही पक्षांना सक्त ताकीद दिली.

दोन्ही देशांनी आपापल्या सेना मागे घेण्याविषयी हमी दिली होती परंतु ती पाळली जात नव्हती. उलट काही मोक्याच्या ठिकाणी पाकिस्तानी सैनिक पुढे आले होते. त्याचीही नोंद सुरक्षा मंडळाने घेतली आणि राष्ट्रसंघाच्या प्रतिनिधींसमोर एक कार्यबद्ध वेळापत्रक सादर करण्यासाठी दोन्ही देशांना आवाहन करण्यात आले.

त्याच वेळी काश्मीरविषयक मूलभूत राजकीय प्रश्न सोडविण्यासाठी राष्ट्रसंघ काही मदत करणार नसेल तर आपण दुसऱ्या फेरीसाठी तयार आहोत, असा स्पष्ट इशारा पाकिस्तानचे अध्यक्ष अयूब यांनी दिला. १४ नोव्हेंबर (स्वर्गीय जवाहरलाल नेहरू यांच्या मृत्यूनंतरची दुसरी जयंती) या दिवशी हैद्राबाद येथे झालेल्या एका जाहीर सभेत यशवंतराव चव्हाण यांनी त्याला उत्तर दिले. त्यांनी असा इशारा दिला की भारतीय सेना संघर्षास तयार आहे. त्यांनी पुढे असेही सांगितले, की १९६२मध्ये चीन आणि १९६५मध्ये पाकिस्तान या दोघांनी केलेल्या हल्ल्यात भारत बेसावध होता परंतु आता पाकिस्तानला उत्तर देण्यासाठी सेना सुसज्ज आहे.

२२ ऑक्टोबर, १९६५ रोजी पाकिस्तानने जोरदार तक्रार नोंदवली की, भारताने २० सप्टेंबरच्या ठरावाचे उल्लंघन केले आहे व युद्धबंदी जवळजवळ खोळंबली आहे आणि सुरक्षा मंडळाने काश्मीरविषयी गंभीर विचार करावा. त्या ठरावाविषयक चर्चेत झुल्फिकार अली भुत्तो व स्वर्णसिंग यांच्यामध्ये आरोप, प्रत्यारोप व बाचाबाची झाली.

या सर्व युद्धविषयक घटना चालू असताना ऑक्टोबर १९६५च्या सुरुवातीला श्रीनगरमध्ये एकाएकी दंगली सुरू झाल्या. भारतीय शासनाने कठोरपणे उपाययोजना केली व स्थानिक परिस्थिती काबूत आणली. या

दंगलींमागे पाकिस्तानचा हात होता हे स्पष्ट होते. सुरक्षा मंडळात चालू असलेल्या हालचालींना पूरक म्हणून असे पाकिस्तानने योजले होते. या समयी पाकिस्तानला मदत करण्यासाठी जे काही आवश्यक असेल ते आम्ही करू, असे आश्वासन चीनने दिले होते व युद्धकाळात सिक्कीमच्या सीमेवर त्यांनी काय हालचाली केल्या होत्या याचे वर्णन अगोदर केले आहेच.

युद्धबंदीनंतरही लहानसहान घटना लडाख व सिक्कीम विभागात चालूच होत्या. १३ नोव्हेंबर १९६५ला डाँगच्युईंग-ला या भागात सीमारेखेचे ठिकठिकाणी उल्लंघन करून चिनी सैन्याने भारतीय सेनेची युद्ध करण्याची कितपत तयारी आहे हे अजमावण्याचे प्रयत्न जारी ठेवले. तसेच ९ डिसेंबरला नेफा विभागात सीमेवर वसलेल्या लाँगज्यू (Longju) गावाचा ताबा घेतला. थाग-ला विभागात, (जिथे १९६२ मध्ये धुमश्चक्री युद्धात भारतीय सेनेचा धुव्वा उडवला गेला होता) चीनच्या सेनेने दबाव आणण्यासाठी हालचाली सुरू केल्या. या सर्व कृत्यांच्या पाठीमागे चीनची दोन उद्दिष्ट्ये होती : पहिले, पाकिस्तानशी असलेले मैत्रीसंबंध दृढ करणे व दुसरे, शक्यतो भारताला सोव्हिएत युनियनच्या जवळ जाऊ न देणे.

या पार्श्वभूमीवर भारताला राजकीय पातळीवर काही हालचाली करणे आवश्यक झाले होते. त्यासाठी सोव्हिएत युनियनचे पंतप्रधान कोसिजिन यांनी केलेल्या आवाहनाला प्रतिसाद देण्याचे भारताने ठरविले. अमेरिका व ब्रिटन यांनी युद्धकाळात घेतलेल्या भूमिकेनंतर ते आवाहन स्वीकारण्याखेरीज दुसरा पर्याय नव्हता.

ताश्कंद येथे कोसिजिन यांचा उद्देश स्पष्ट होता. एकतर आंतरराष्ट्रीय राजकारणात आशिया खंडातील दोन मोठ्या राष्ट्रांमध्ये मध्यस्थी करण्याची संधी चालून आली होती. भारताची सोव्हिएत युनियनशी जवळीक होतीच, तसे संबंध पाकिस्तानशी जोडण्यासाठी ताश्कंदचा उपयोग त्यांनी केला. स्वत: मध्यस्थाची भूमिका न घेता कोसिजिन यांनी यशस्वी मध्यस्थी केली. रात्रंदिवस लालबहादूर शास्त्री व अयूब यांचे विचार एकमेकांकडे पोहोचवणे व हळुवारपणे त्या बोलण्याला चालना देणे हे कार्य त्यांनी मोठ्या सफाईने केले. तसेच ताश्कंद येथील वाटाघाटी शेवटी अनिर्णयक राहतील असे कोसिजिन यांना वाटले, तेव्हा त्यांनी सोव्हिएत रशियाच्या आधाराच्या बळावर दोन्ही देशांवर वाटाघाटी

यशस्वी करण्यासाठी दबावही आणला. कोसिजिन यांच्या दृष्टीने ही बोलणी यशस्वी होणे अत्यंत महत्त्वाचे होते.

हेही खरे की, लालबहादूर शास्त्री कोसिजिन यांच्या दबावाला बळी पडले व भारतीय सेनेने अत्यंत शौर्याने लढून व रक्त सांडून जो आझाद काश्मीरचा प्रदेश हस्तगत केला होता तो सोडून देण्यास त्यांनी मान्यता दिली. पाकिस्तान व्यापक प्रमाणात वापरत असलेला हाजीपूर-पूंछ आणि टिथवाल हा मार्ग त्यांना खुला झाला. इच्चोगिल कालव्याच्या समोर उभे असलेले सैन्य भारतीयांना परत माघारी घ्यावे लागले. जे युद्धक्षेत्रात मिळविले होते, ते वाटाघाटीत गमवावे लागले. हे सर्व आवश्यक होते का आणि ताश्कंदमध्ये भारताने काय मिळवले, याचे उत्तर आजही स्पष्ट नाही.

पाकिस्तानला युद्धामध्ये झालेल्या साधनसामग्रीची हानी भरून काढण्यासाठी वेळ पाहिजे होता तो मिळाला. पाक सेनेची मानहानी झाली होती; परंतु एकंदर युद्धक्षेत्रात दोन्ही दले सम ताकदीची आहेत, असे चित्र २० सप्टेंबरला दिसत होते. योद्धे दमछाक होऊन युद्धबंदीची वाट पहात होते.

त्या परिस्थितीत दोन्ही देश युद्धबंदीनंतर राजकीय कृतीने 'पुढील युद्धा'साठी वेळ मिळेल या अपेक्षेत होते. ताश्कंदमध्ये त्यांना हवे ते मिळाले.

एकमेकांच्या सैन्यांनी युद्धबंदीचे वेळी कुठपर्यंत माघार घ्यावी, हे सुरक्षा मंडळाच्या २० सप्टेंबरच्या ठरावात निर्देशित केले होते. ताश्कंदमध्ये त्यालाच दोन्ही देशांच्या पुढाऱ्यांनी उच्च राजकीय पातळीवर मान्यता दिली होती. भारताच्या दृष्टीने त्यात काही विशेष नव्हते असे बरेच टीकाकारांचे मत होते. स्वातंत्र्यनिर्मितीपासून दोन देशांत निर्माण झालेले वैर यांचा एक खंड म्हणून 'ताश्कंद बैठक' इतिहासकार नोंद घेतील इतकेच त्याचे महत्त्व म्हणावे लागेल.

लालबहादूर शास्त्री व चव्हाण संबंध

भारताच्या संविधानात आणि कार्यप्रणालीत पंतप्रधानपदाला एक अनन्यसाधारण महत्त्व आहे. पंतप्रधानांचा विश्वास असेल तोपर्यंत कोणताही मंत्री मंत्रीमंडळात राहू शकतो. त्यामुळे पंतप्रधान व मंत्री यांचे वैयक्तिक संबंध आदर व विश्वासपूर्ण असावे लागतात. चव्हाण व पंतप्रधान शास्त्री यांचे संबंध अशा स्वरूपात वृद्धिंगत झाले होते.

यशवंतराव चव्हाण महाराष्ट्रातील राजकारणात पुढे सरकत होते, तेव्हा लालबहादूर शास्त्री लखनऊमध्ये उत्तरप्रदेशचे मुख्यमंत्री होते. त्या वेळी त्यांच्या भेटीगाठी मुख्यतः काँग्रेस पक्षाच्या बैठकीत होत असत. उत्तरप्रदेशचे ज्येष्ठ नेते पंडित गोविंद वल्लभ पंत भारताचे त्या वेळचे गृहमंत्री होते. त्यामुळे साहजिकपणे कामानिमित्त, तसेच राजकीय कारणास्तव यशवंतरावांचा संबंध मंत्र्यांच्याबरोबर होता. पंडित पंतांच्या निधनानंतर लालबहादूर शास्त्री गृहमंत्री पदावर केंद्रात आले. शास्त्रीजींची खरी जवळीक यशवंतराव दिल्लीला आल्यानंतर झाली. संरक्षणमंत्री व गृहमंत्री यांच्या बऱ्याच कामांमध्ये परस्परसंबंध असल्यामुळे त्यांच्या नेहमी गाठीभेटी होत असत. तेव्हा चव्हाण यांच्या लक्षात आले की, लालबहादूर शास्त्री कमी पण स्पष्टपणे बोलत. त्याच वेळी आपल्या मनातील सर्व काही ते बाहेर आणत नसत. या हात राखून बोलण्याच्या स्वभावामुळे दोघांमध्ये फार जवळचे संबंध निर्माण होऊ शकले नाहीत. या सर्वांला प्रस्तुत लेखक साक्षीदार होता.

चव्हाण आणि शास्त्रीजी यांचे संबंध कच्छच्या युद्धानंतर खरोखरी वाढले. ते दोघे एकमेकांशी मनमोकळेपणाने बोलू लागले आणि या संबंधाविषयी चव्हाणांनी *ऋणानुबंध* यात लिहिले आहे, ''शास्त्रीजींशी केलेल्या विचारविनिमयातून त्यांची संरक्षणविषयक मते वास्तव आहेत, देशाच्या हितासाठी धोका पत्करण्याची त्यांची मानसिक तयारी आहे

आणि त्याला लागणारी कणखर मनोवृत्ती त्यांच्याजवळ आहे याचा अनुभव मला येऊ लागला. विचारांची देवाण-घेवाण मोकळेपणाने होऊ लागली. स्वाभाविकच मी त्यामुळे निश्चिंतही झालो आणि समाधानही वाटले, कारण वेळ फार आणीबाणीची आली होती. संरक्षणमंत्री या नात्याने देशाच्या जीवनावर दूरगामी परिणाम करणारे निर्णय घेण्याचे ते दिवस होते. अशा वेळी आपल्यावर पंतप्रधानांचा संपूर्ण विश्वास असणे ही त्या वेळची माझी गरज होती.''

संघर्षाच्या काळात चव्हाण आणि शास्त्रीजी फार जवळ आले. दोघांमध्ये परस्परविश्वास किती होता याविषयी यशवंतराव चव्हाणांनी एक आठवण त्यांच्या लेखात सांगितली आहे. ''काश्मीर आघाडीवर परिस्थिती गंभीर झाली होती. मी सचिवालयातील माझ्या कचेरीत होतो. तिथे हवाईसेना व भूसेना यांचे अधिकारी माझ्याकडे घाईने आले आणि त्यांनी सांगितले, 'प्रसंग बाका आहे. शत्रू पुढे सरकतो आहे. त्याचा वेगही काळजी उत्पन्न करणारा आहे. आता त्याला अटकाव करण्याचा मार्ग एकच आणि तो म्हणजे विमानातून बाँबफेक सुरू करणे. त्यासाठी आपली व पंतप्रधानांची संमती हवी आहे.

''ती वेळ संध्याकाळची होती. सेनापतींना माझा निर्णय अक्षरशः पाच-दहा मिनिटांत हवा होता. क्षणभर विचार केला. निर्णय घेणे तर आवश्यक होते. पंतप्रधानांची भेट घेऊन, चर्चा करून सर्व करावयाचे म्हणजे त्यात अर्धा तास तरी गेला असता. तेवढाही वेळ नव्हता. शेवटी विचार केला आणि सेनापतींना सांगितले, 'Go ahead'.

''हा आदेश देऊन झाल्यानंतर काही वेळाने शास्त्रीजींना भेटायला गेलो. त्याच दिवशी सकाळी परिस्थिती बिकट आहे हे मी सांगितलेच होते. संध्याकाळी गेलो तेव्हा मी म्हटले, 'काश्मीर आघाडीवर परिस्थिती अधिकच गंभीर झाली आहे. मी आपल्या हवाईसेनेला बाँबहल्ल्याचा हुकूम दिला आहे'. हे सांगितले आणि शास्त्रीजींची प्रतिक्रिया पाहू लागलो. एकच वाक्य त्यांनी उच्चारले. ते म्हणाले, 'अच्छा किया'. मला अर्थातच फार बरे वाटले– मनावरचे मोठे ओझेही हलके झाले कारण एक फार महत्त्वाचा निर्णय घेतला होता. त्यानंतर मंत्रीमंडळाच्या समितीची बैठक घेऊन शास्त्रीजींनी त्यांची संमती मिळविली.''

इतिहासाला तळटीप म्हणून सांगायचे तर, युद्धानंतर प्रतिहल्ले चढविण्याचे

आदेश पंतप्रधानांनी स्वत: नि:शंकपणे व न डगमगता दिले. अशा बातम्या प्रचलित केल्या होत्या. वास्तविक १ सप्टेंबर, १९६५च्या सुमारास प्रत्यक्षात काय व कसे घडले ते चव्हाणांनी आपल्या नोंदीत स्वहस्ताक्षराने नोंदले आहे व तेच त्यांनी वरीलप्रमाणे उद्धृत केले आहे.

प्रत्यक्षात काय घडले होते याचे वर्णन संरक्षण खात्याचे सचिव पी. व्ही. आर. राव यांनी, तसेच एअर मार्शल अर्जन सिंह यांनी आपल्या आठवणीत केले आहे. त्या दोघांनी चव्हाण यांच्या म्हणण्याला दुजोरा दिला आहे. १ सप्टेंबर, १९६५ रोजी लालबहादूर शास्त्री यांनी हवाईहल्ल्याचा हुकूम दिला होता, अशा प्रसृत झालेल्या वार्तांचा चव्हाणांनी आपल्या जीवनकाळात कधीही प्रतिवाद केला नाही. हे सर्व चव्हाण व लालबहादूर शास्त्री यांचे आदरपूर्ण, तसेच विश्वासयुक्त संबंधाचे द्योतक आहे. ∎

मार्गदर्शनाची सज्जता – चव्हाणांचे प्रशिक्षण

१९६५च्या भारत-पाक युद्धात चव्हाणांनी जे उत्तम मार्गदर्शन केले ते त्यांच्या रोजनिशीतून स्पष्ट दिसून येते. संरक्षणमंत्र्यांची युद्धपरिस्थितीमधील भूमिका व मार्गदर्शन याची तयारी, त्यांनी संरक्षणमंत्री पद ग्रहण करताच सुरू केली होती. नेफा युद्धक्षेत्रात भारतीय सेनेची जी मानहानी झाली होती त्याविषयी नेमलेल्या चौकशी समितीच्या अहवालामधूनही सुदैवाने चव्हाण बरेच काही शिकले होते. एका तऱ्हेने ते त्यांचे प्रशिक्षण होते. म्हणून त्या चौकशीविषयी थोडक्यात माहिती देणे आवश्यक आहे.

हेन्डरसन ब्रुक्स रिपोर्ट

नेफा क्षेत्रातील १९६२मधील दारूण पराभवानंतर तत्कालीन पंतप्रधानांनी लोकसभेला आश्वासन दिले होते की, त्याविषयी चौकशी केली जाईल. त्यामुळे चौकशी करणे अपरिहार्य होते परंतु ती चौकशी कशी करावी व कोणी करावी हे अतिमहत्त्वाचे होते. सैन्याच्या पराभवासाठी कृष्ण मेनन प्रामुख्याने जबाबदार आहेत असे सर्वसाधारण जनतेचे तसेच अधिकांश राजकीय नेत्यांचे मत होते. ज्या तऱ्हेने कृष्ण मेनन यांनी नेफा क्षेत्रात वरिष्ठ सेनानींच्या पदांमध्ये फेरफार केले, आणि कनिष्ठ व मध्यम श्रेणीतील अधिकाऱ्यांना हाताशी धरून वरिष्ठ सेनानींना अपमानास्पद वागणूक देण्यासाठी त्यांनी प्रोत्साहन दिले, त्यामुळे त्यांच्या नीतीधैर्यावर परिणाम झाला होता हे सर्वश्रुत होते. तसेच कृष्ण मेनन व राजकीय नेतृत्वाने सैन्याला आवश्यक ती शस्त्रसामग्री, तसेच धन उपलब्ध करून दिले नव्हते. त्याबद्दल सैन्यात तीव्र असंतोष होता. या सर्व कारणांमुळे वरिष्ठ पातळीवरील सैनिकी अधिकारी व राजकीय नेते यांच्या परस्परसंबंधात बरीच कटुता आली होती आणि विशेषत: विरोधी, तसेच काँग्रेसमधीलही वरिष्ठ नेत्यांनी पंडित नेहरूंवर गलथानपणाचा आरोप केला होता.

अशा आरोपांनंतर चौकशी समिती नेमताना कोणत्याही परिस्थितीत ती समिती निश्चित ठरवून दिलेल्या मुद्द्यांवर आणि मर्यादा राखून दिलेल्या चौकटींतच काम करेल, अशी शाश्वती असणे महत्त्वाचे होते. या सर्वांचा विचार करून तशी चौकशी जाहीर स्वरूपाची; तसेच कोणत्या न्यायमूर्तींनी न करता ती निष्कलंक वरिष्ठ सेनाधिकाऱ्यांनी करावी असे ठरले. विशेषतः अशा समितीची स्थापना शासनाने न करता, ती भूसेनाप्रमुख जनरल चौधरींनी करावी असे चव्हाणांनी ठरविले. त्यासाठी भूसेनाप्रमुखांनी ले. ज. हेन्डरसन ब्रुक्स आणि ब्रिगेडिअर पी. सी. भगत यांच्यावर ते काम सोपविले. हेन्डरसन ब्रुक्स मूळ ऑस्ट्रेलियन नागरिक होते परंतु स्वातंत्र्यानंतर त्यांनी भारतीय सेनेतच राहण्याचे ठरविले होते. ब्रिगेडिअर प्रेम भगत यांना दुसऱ्या महायुद्धात व्हिक्टोरिया क्रॉस प्रदान करण्यात आला होता. ते एक शूर व निस्पृह सेनाधिकारी होते. या द्विसदस्यीय समितीचा अहवाल जनरल चौधरी यांनी २ जुलै, १९६३ रोजी संरक्षणमंत्र्यांना सादर केला.

हेन्डरसन ब्रुक्स् समितीचा रिपोर्ट संसदेसमोर सादर करीत असताना यशवंतराव चव्हाण यांचेसमोर प्रामुख्याने तीन आव्हाने होती. पहिले, अशा समितीने राजकीय नेतृत्वावर कोणतीही टिपणी अथवा टीका केली तर त्यातून गंभीर प्रश्न उद्भवू शकले असते. दुसरे, पंडित नेहरू यांच्यावर कोणताही आक्षेप किंवा डाग जाहीरपणे लागू द्यायचा नव्हता आणि तिसरे, कोणत्याही परिस्थितीत संसदेत असत्य विधान करावयाचे नव्हते. ती आव्हाने त्यांनी अत्यंत संवेदनशीलपणे व नाजूकपणे पार पाडली. दुर्दैवाने आजपर्यंत हेन्डरसन ब्रुक्स् समितीचा रिपोर्ट एक अत्यंत गोपनीय अहवाल म्हणून राहिला आहे. संरक्षणमंत्री पदावरील चव्हाण यांच्या कार्याच्या संदर्भात आज ४०-४५ वर्षांनंतर लिहिताना त्या अहवालातील काही निष्कर्षांचा निर्देश करणे अपरिहार्य आहे.

थोडक्यात, सर्वसाधारण अपेक्षा होती त्याच्या उलट सदर चौकशी अहवालामध्ये कोणत्याही राजकीय नेत्यावर थेट ठपका ठेवलेला नव्हता. मात्र आडवळणाने काही विशिष्ट शेरे दिले होते. उदाहरणार्थ, राजकीय पातळीवर योग्य मार्गदर्शनाबद्दल चौकशी समितीने ब्रिटिशकालीन भारतीय सेनेचे पहिले महान सेनानी फील्ड मार्शल रॉबर्टचे वचन उद्धृत केले होते. त्यात त्यांनी म्हटले होते की, *'शत्रू चालून न येण्याच्या शक्यतेवर*

विश्वास ठेवू नये, असे युद्धकलाशास्त्र आपणास शिकवते. उलटपक्षी, आपण शत्रू आला तर त्याच्यासाठी कितपत तयार आहोत हे पाहण्यास बजावते. कदाचित शत्रू हल्ला करणारच नाही या शक्यतेवर विश्वास न ठेवता, आपल्यावर हल्ला करणे शत्रूला फार अवघड जावे अशी परिस्थिती निर्माण करण्यास हे शास्त्र शिकविते'.

परंतु दुर्दैवाने नेफा युद्धाच्या संदर्भात हाताशी असणाऱ्या लष्करी सिद्धतेचा अदमास न घेता राजकीय मार्गदर्शन दिले गेले असे वाटते अशी टिपणी अहवालात केली होती.

चव्हाणांनी तिचा संदर्भ कृष्ण मेनन यांचेशी जोडला, कारण भारताच्या उत्तर सीमेला चीनकडून कोणताही धोका संभवत नाही असे आश्वासन मेनन खात्रीपूर्वक वेळोवेळी संसदेला व राष्ट्राला देत होते. त्या संदर्भात जिनिव्हामध्ये चीनचे परराष्ट्रमंत्री चेन ची यांनी आपणास सीमाप्रश्नांवरील वाद सोडविण्यास चीन बळाचा वापर कधीच करणार नाही असे आश्वासन जुलै १९६२मध्ये दिल्याचे कृष्ण मेनन यांनी सांगितले होते.

अहवालात असेही म्हटले होते की, '*दिलेले राजकीय मार्गदर्शन व सूचना या आपल्याजवळील लष्करी साधनांच्या आधारावर नव्हत्या*'.

हे विधान तत्कालीन वित्तमंत्री मोरारजीभाई देसाई यांचेवर टीका स्वरूपात केले होते असे चव्हाणांना वाटले. वस्तुतः मोरारजीभाई देसाई यांनी संरक्षणविषयक प्रकल्पांना परकीय चलन उपलब्ध करून देण्याबाबत टाळाटाळ किंवा नकारात्मक भूमिका कधीही घेतली नव्हती किंवा अकारण विलंबही केलेला नव्हता. किंबहुना अनेक प्रकरणांमध्ये देसाईंनी आग्रह केलेला असूनही कृष्ण मेनन यांनी मंत्रीमंडळापुढे औपचारिक मान्यता घेण्यासाठी प्रस्ताव जाऊच दिले नव्हते, ही वस्तुस्थिती पंतप्रधानांच्या नजरेसही आली होती. या कारणास्तव अहवालामधील वरील टिपणी संसदेच्या नजरेस आणणे योग्य नव्हे असे चव्हाणांनी ठरविले.

अहवालामधील तिसऱ्या विधानामुळे चव्हाण बरेच अडचणीत सापडले होते. ते विधान होते की '*युद्धासंबंधी उच्च पातळीवरून होणारे मार्गदर्शन** आणि सेनादलाची लढाईच्या क्षेत्रातील प्रत्यक्ष मांडणी (Deployment) हे वस्तुनिष्ठ नव्हते.*'

चव्हाणांच्या मते, कृष्ण मेनन यांनी घाईगडबडीने युद्धक्षेत्रात सैनिकांच्या

---

* याला लष्करी भाषेत Higher Direction of War म्हणून संबोधित करतात.

तुकड्या पाठविल्या तसेच वरिष्ठ सेनानींच्या बदल्या केल्या. यामुळे भारतीय सेनेची वाताहत होऊन, सेनेला नामुष्की पत्करावी लागली होती. हे सर्व जाणकार, संसद सभासद तसेच टीकाकारांना माहीत होते. त्यामुळे प्रत्यक्ष मांडणी (Deployment) वस्तुनिष्ठ नव्हती, हा निष्कर्ष स्वीकारण्यास त्यांना काही अडचण नव्हती. परंतु *'वरिष्ठ पातळीवरील मार्गदर्शन सुसंगत नव्हते किंवा त्याचा अभाव होता'* ही टीका थेट पंतप्रधानांपर्यंत पोहोचेल अशी चव्हाणांची धारणा होती कारण असे मार्गदर्शन फक्त पंतप्रधानच करू शकतात. संरक्षण मंत्रालयातील कागदपत्रे पाहिल्यानंतर चव्हाणांना कळून चुकले होते की, संरक्षणासंबंधी प्रश्नांबाबत नेहरू हे व्यवहार्य धोरणवादी होते. रणक्षेत्रावरील लढाईसंबंधी बाबी सेनादलाच्या सेनापतींवर पूर्णपणे सोपवून देण्याची काळजी ते नेहमीच घेत.

पण चव्हाणांना खरा धक्का बसला तो याचा, की संरक्षणासंबंधी प्रश्नांवर पंतप्रधानांना चुकीची माहिती दिली जाऊन गैरसमजूत करून दिली गेली आणि तीही केवळ संरक्षणमंत्री कृष्ण मेनन यांचेकडूनच नव्हे, तर काही वरिष्ठ अधिकाऱ्यांकडूनही! हे नेहरूंना नाम का चू च्या पलीकडे २० ऑक्टोबर, १९६२ रोजी आपल्या सैन्याच्या तुकडीचा धुव्वा उडाला तेव्हा कळले.

त्या प्रसंगानंतर २ ऑक्टोबर, १९६२ रोजी कृष्ण मेनन यांना पाठविलेल्या पत्रात नेहरू लिहितात, 'या बाबतीत अगोदर घडून गेलेली कृतिशून्यता संसदेपुढे कशी ठेवायची, हे माझ्या लक्षात येत नाही. या बाबतीत दोषाची टाळाटाळ अगर इतरांवर ढकलून विशेष फरक पडणार नाही. सत्य असे आहे की, आपण *(कर्तव्यात)* कमी पडलो आहोत, आणि... या सर्व बाबींकडे आपण काहीशा नवशिक्यांप्रमाणे लक्ष दिले, असेच वाटत आहे.' आपल्या दीर्घकालीन मित्राची कडक भाषेत त्यांनी केलेली कानउघडणीच होती. यावरून नेहरूंची दिशाभूल करण्यात आली होती, हे चव्हाणांना स्पष्ट झाले होते.

सप्टेंबर १९६३मध्ये नेफामध्ये झालेल्या पीछेहाटीसंबंधी निवेदन तयार झाले तेव्हा चव्हाणांना प्रत्यक्षात काय घडले ते कळले होते आणि पंतप्रधानांची मनोवेदनाही समजली होती. त्या संदर्भात *'वरिष्ठ पातळीवरील मार्गदर्शन सुसंगत नव्हते'* हे हेन्डरसन ब्रुक्स् अहवालामधील विधान, चव्हाणांच्या मते पंतप्रधानांवर अन्यायकारक आहे व ते संसदेसमोर ठेवणे योग्य होणार नाही असे चव्हाणांना वाटले. तसेच ते विधान इतर

निष्कर्षांबरोबर जर संसदेसमोर आणले तर औपचारिकरित्या ते आपणास मान्य नाही असेही मानणे अपरिहार्य होते. या परिस्थितीत चव्हाणांनी तो शेरा 'गुप्त' ठेवण्याचे ठरविले.

तसे करताना चव्हाणांचा उद्देश लोकसभेला अंधारात ठेवण्याचा जरी नव्हता तरी हेही खरे, की खोटे न बोलता त्यांनी जाणूनबुजून हेन्डरसन ब्रुक्स् यांचे अहवालाच्या निष्कर्ष (Observation and Conclusions) या भागातील ते वाक्य स्वत: वगळले.

नेफा पराभवाचा चौकशी-अहवाल संरक्षणमंत्र्यांनी राज्यसभा तसेच लोकसभेच्या पटलावर २ सप्टेंबर, १९६३ रोजी ठेवला. १९ व २० सप्टेंबरला त्या अहवालावर चर्चा झाली. ती चर्चा व त्या चर्चेला यशवंतराव चव्हाणांनी दिलेली उत्तरे, ही त्यांची पहिली अग्निपरीक्षा होती. चर्चेत संसदेतील अनेक विरोधी गटांच्या पुढाऱ्यांनी कठोर टीका केली.

चव्हाणांनी दिलेल्या उत्तराचे दोन्ही सभागृहांनी स्वागत केले व जाहीरपणे त्यांचे अभिनंदन केले. त्यांच्या भाषणानंतर, उत्तर देताना एक ज्येष्ठ सदस्य म्हणाले, ''संरक्षणमंत्री हे या सभागृहाचे नेते आहेत. त्यांच्या माहितीपूर्ण भाषणाबद्दल आम्ही कृतज्ञ आहोत असे मी म्हणतो, तेव्हा सर्व सभागृहाच्या भावना मी व्यक्त करतो आहे, याची मला खात्री वाटते.''

ज्या तऱ्हेने यशवंतराव चव्हाणांनी हेन्डरसन ब्रुक्स अहवाल संसदेसमोर सादर केला व ज्या कौशल्याने संसदेला चर्चेमध्ये जिंकले, त्यामुळे त्यांनी पंतप्रधानांचा विश्वास संपादन केला. तसेच खुल्या दिलाने आणि मोकळेपणाने संरक्षणविषयक प्रश्नांना उत्तरे देऊन त्यांनी संसदेवर आपली छाप पाडली. लवकरच कृष्ण मेननच्या उलट, 'सरळ स्वभावाची व्यक्ती' असा त्यांचा बोलबाला झाला. त्यांच्या स्वभावामुळे व हेन्डरसन ब्रुक्स रिपोर्ट हाताळून सेना आणि राजकीय नेतृत्व यांच्या परस्परसंबंधात झिरपलेले अविश्वासाचे धुके हटविण्याचे त्यांनी जे कार्य केले त्यामुळे काही महिन्यांतच खासदारांच्या नजरेत चव्हाणांचा व्यक्तिगत दर्जा उंचावला. विशेष कार्यशैली असणारे परिपक्व राजकीय व्यक्तिमत्त्व म्हणून त्यांची गणना होऊ लागली.

हेन्डरसन ब्रुक्स अहवालाविषयी यशवंतराव चव्हाण यांनी संसदेत स्पष्ट केले होते की पराभवाबद्दल जबाबदारी कोणाची, हे ठरविण्याचा अधिकार या चौकशी समितीला दिला नव्हता. ते म्हणाले, ''... एकदा का जबाबदारी अ, ब, क, ड किंवा आणखी इतर कोणाची, अशा

प्रयत्नाला तुम्ही लागलात की चौकशीचे मूलभूत स्वरूप बदलून जाते आणि वस्तुनिष्ठ चौकशी अशक्यप्राय बनून जाईल. तसेच देशाच्या दृष्टीने आज अधिक अत्यावश्यक हे आहे की, कोणत्या चुका घडल्या त्या शोधणे, कोणत्या उणिवा आढळल्या त्या पाहणे आणि देशाला त्यापासून कोणते धडे शिकता येतील ते ठरविणे. कारण आपण संकटातून पार पडलेलो नाही. आपण अजून त्यामध्येच अडकलेलो आहोत.''

हेन्डरसन ब्रुक्स अहवालातील धड्यांचा चव्हाणांनी अनेक वेळा अभ्यास केला व आपल्या कारकिर्दीतील पुढील काळात त्यांनी या धड्यांतून मिळालेल्या प्रशिक्षणाच्या आधारे कार्यवाही केली. त्या सर्वांची परिणती १९६५ साली झालेल्या भारत-पाक युद्धामध्ये त्यांनी दिलेल्या उच्चस्तरीय मार्गदर्शनातून स्पष्ट दिसून येते.

त्याच शिक्षणाचा एक भाग म्हणजे आपल्याला उपयुक्त असलेली साधने, मुख्यत: सेनानी यांचे मनोधैर्य वाढून त्यांची युद्धासाठी तयारी व युद्धकाळात कार्यवाही कशी करावी, याकडे चव्हाणांनी विशेष लक्ष दिले. ■

संरक्षणमंत्री व सेनानी

२१ नोव्हेंबर, १९६२ला संरक्षणमंत्री पद चव्हाणांनी ग्रहण केले त्या दिवशी भूसेनाप्रमुख जनरल जे. एन्. चौधरी, वायुसेनाप्रमुख एअर मार्शल अर्देशीर इंजिनिअर व नौसेनाप्रमुख व्हाईस ॲडमिरल सोमण होते. १९६५च्या युद्धाच्या अगोदर एअर मार्शल इंजिनिअर सेवानिवृत्त झाले होते व त्यांच्या जागी अर्जन सिंह यांची वायुसेनाप्रमुख म्हणून नेमणूक झाली होती. या तीन सेनानींना जे राजकीय पातळीवरील नेतृत्व व युद्धकाळात हेन्डरसन ब्रुक्स अहवालात नमूद केल्याप्रमाणे उच्चस्तरीय मार्गदर्शन यशवंतराव चव्हाण यांनी केले, ते रोजनिशीत केलेल्या नोंदीमुळे स्पष्ट आहे.

जनरल जे. एन्. चौधरी – भूसेनाप्रमुख

जनरल जे. एन्. चौधरी (ज्यांना सैनिक दलात मोच्यू चौधरी म्हणून संबोधिले जात होते) भारतीय सेनेचे एक तडफदार अधिकारी म्हणून स्वातंत्र्य काळानंतर ख्यात होते. हैद्राबाद संस्थानाच्या विलिनीकरणासाठी करण्यात आलेल्या लष्करी मोहिमेचे नेतृत्व त्यांनी केल्यामुळे त्यांचे नाव व त्यांचे व्यक्तिमत्त्व सर्वपरिचित होते. त्यामुळे त्याचा परिणाम म्हणजे आपण एक असामान्य व्यक्तिमत्त्वाचे आणि काबील सेनानी आहोत, अशी जाणीव ते पदोपदी करून देत असत. नोव्हेंबर १९६२मध्ये ते पुण्याला सेनेच्या दक्षिण विभागाचे सेनानी होते व सेवेतून लवकरच निवृत्त होणार याची त्यांना जाणीव होती. परंतु नेफा क्षेत्रात झालेल्या मानहानीनंतर जनरल प्रेमनाथ थापर यांना एक दिवस अचानकपणे २० नोव्हेंबर रोजी सेनाप्रमुख पदाचा राजीनामा द्यावा लागला आणि चौधरींना त्यांच्या जागी नेमण्यात आले. अशा नाट्यमय परिस्थितीत त्यांचा अहंकार आणखीनच वाढला.

चव्हाणांनी संरक्षणमंत्री पद ज्या दिवशी घेतले त्याच दिवशी जनरल चौधरींनीही आपले पद ग्रहण केले होते. अर्थातच संरक्षणमंत्र्यांसमोर जो काही शिष्टाचार पाळणे आवश्यक असे तो जनरल चौधरी काटेकोरपणे पाळत. परंतु आपण एक सर्वसाधारण सेनानी नसून, आपले विशिष्ट स्थान नवीन संरक्षणमंत्र्यांनी लक्षात ठेवून आपल्याशी संबंध ठेवावेत, असे जनरल चौधरींना साहजिकच वाटत होते.

भारतीय राज्य शासनाच्या दृष्टीने संरक्षण सचिव हे संरक्षणमंत्र्यांचे प्रमुख सल्लागार मानले जातात व सेनाप्रमुखांना आदेश त्यांच्यामार्फतच गेले पाहिजेत, असे चव्हाणांचे मत होते कारण कृष्ण मेनन यांनी आपल्या मनमानी कार्यपद्धतीमुळे संरक्षण सचिव पदाचे महत्त्व कमी केले होते. त्याउलट, आपल्या शासकीय अनुभवानुसार त्या पदाचे महत्त्व पुन्हा वाढणे आवश्यक आहे या दृष्टीने चव्हाणांनी पावले उचलली. त्यामुळे सुरुवातीस काही गैरसमजाचे प्रसंग उद्भवले.

परंतु स्वतःच्या एक वर्षाच्या कारकिर्दीत आणि मुख्यतः हेन्डरसन ब्रुक्स् रिपोर्टवरील चर्चेनंतर चव्हाणांचे राजकीय स्थान किती बळकट आहे, हे जनरल चौधरी यांना उमजले आणि २१ नोव्हेंबर, १९६३ रोजी चौधरींनी यशवंतराव चव्हाण यांना एक अभिनंदनात्मक पत्र लिहिले. या पत्रात ते म्हणतात :

सेनादलाचा प्रमुख म्हणून अधिकारसूत्रे हाती घेऊन मला बरोबर एक वर्ष लोटले आहे. एक वर्षापूर्वी याच दिवशीच्या सायंकाळी पालमवर आपण आल्यावर मी आपणास भेटलो त्या वेळचे आपले उत्तेजनाचे उद्‍गार मला चांगले आठवत आहेत.

सेनादलाची (पुनः) उभारणी करण्यासंबंधी काय काय साध्य झाले, आणि त्याहीपेक्षा महत्त्वाचे म्हणजे अजून काय करायचे बाकी आहे, हे आपणच उत्तम प्रकारे ठरवू शकाल. तथापि, आपण निःसंदिग्धपणे व विश्वासाने मला जो पाठिंबा दिलात, तो माझी नियजित कामे पार पाडण्यात साहाय्यकारी ठरलेली सर्वांत प्रमुख गोष्ट आहे, हे प्रांजलपणे मला आपणाला सांगावेसे वाटते. मी खरोखरच फार कृतज्ञ आहे आणि आपण जर हे निव्वळ वैयक्तिक लिहिलेले पत्र त्या अर्थाने स्वीकारले तर कृतज्ञता व्यक्त करण्याचीच एक पद्धत आहे असे समजावे.

भविष्यात भीती वाटण्याजोग्या निराशाजनक घटना असू शकतील पण त्याचप्रमाणे आनंदाच्या आणि विजयाच्या घटनाही असणार. अशा भविष्याला सामोरे जाताना मी आपणास आश्वासन देऊ इच्छितो की, सेनादल आपले शर्थीचे प्रयत्न तुमच्यापाठी आणि तुमच्यातर्फे सर्व राष्ट्राला अर्पण करील. तसेच जोपर्यंत मी त्यास पात्र राहण्याचा प्रयत्न करीन तोपर्यंत आपला मजवरील विश्वास आणि समजूतदारपणा हा माझा मोठा आधार बनून राहील, असा विश्वास वाटतो.

तद्नंतर संरक्षणमंत्री व भूसेनाप्रमुख यांचे संबंध अधिकच दृढ झाले. चौधरी यांनीही कच्छचे रण येथील युद्धास सुरुवात होताच सैनिक हालचालींसाठी नवीन रणनीती तयार करण्यास चव्हाणांशी जवळजवळ रोज सल्लामसलत केली. ऑगस्ट १९६५च्या सुरुवातीस पाकिस्तानच्या गनिमी कारवाया सुरू होताच पाकिस्तानला कसे तोंड द्यावे यासाठी दोघांमध्ये एकमत झाले होते. या सर्वांचा परिणाम १९६५च्या युद्धात ज्या दैनंदिन घडामोडी युद्धक्षेत्रात झाल्यात त्यावरून स्पष्ट दिसतो. तसेच संरक्षणमंत्री एखाद्या भक्कम खडकाप्रमाणे सेनादलप्रमुखांच्या मागे कसे उभे राहिले आणि काही घटनांमुळे जेव्हा दलप्रमुख दडपणाच्या भाराखाली दबले गेले आहेत, असे चव्हाणांना वाटले तेव्हा त्यांनी कशा प्रकारे जनरल चौधरींचे मनोबल वाढविले हे सर्व स्पष्ट होते.

उदाहरणार्थ, त्यांनी २ सप्टेंबरला केलेली खालील नोंद :

त्यांचे मनावर कोणते दडपण आहे, हे सांगण्यासाठी भूसेनाप्रमुख आले. ते काहीसे विषण्ण व निराश वाटले.
दुसऱ्या दिवशी : भूसेनाप्रमुख सायंकाळी आले. त्यांची मन:स्थिती चांगली दिसली. काल आपण काहीसे निराश होतो त्याबद्दल आपणास वाईट वाटते, असे ते म्हणाले. मला हे समजू शकते. त्यांनी मन मोकळे करायला हवेच, कुठेतरी मनातील सर्व काही ओतले पाहिजे. (आणि) माझ्यापाशी ते हे करीत आहेत ही चांगली गोष्ट आहे.

तद्नंतर जेव्हा जेव्हा चौधरी द्विधा मन:स्थितीत आहेत असे वाटले, तेव्हा तेव्हा चव्हाणांनी त्यांना युद्धक्षेत्रात जाऊन परिस्थितीचे आकलन

करण्याचा सल्ला दिला. परत आल्यावर त्यांची मन:स्थिती बरीच सुधारली आहे याची नोंदही चव्हाणांनी घेतली होती. युद्धकाळात रात्रंदिवस संपर्क ठेवून चव्हाणांनी राजकीय पातळीवरून आवश्यक तो सल्ला दिला होता. दोघांमध्ये परस्परविश्वासाच्या नात्यामुळे चौधरी आत्मविश्वासाने युद्धक्षेत्राला मार्गदर्शन करू शकत.

शेवटी २२ सप्टेंबर, १९६५ला युद्धबंदीची घोषणा झाली तेव्हा पंतप्रधानांनी भूसेनाप्रमुखांचे अभिनंदन केले. त्यावेळी लढाईतील मोहिमांच्या यशाचे सर्व श्रेय चव्हाणांनी आपल्या सेनानींना दिले. त्यांनी त्यांचेविषयी लिहिले,

"मलाही अभिमान वाटला. आपले भूसेनादल व हवाईसेना हे आता आपणासाठी राष्ट्रीय गौरवाची व वैभवाची निशाणी बनलेले आहेत. माझ्या दृष्टीने अत्यंत 'महत्त्वाचा महान दिवस' आजचा. तसेच चौधरी आणि अर्जन सिंह यांच्यासाठीही महान दिवस.

"त्या वेळी एकच आठवड्यापूर्वी कृष्ण मेनन यांच्याशी झालेले संभाषण आठवले. चौधरींवरती मी फार अवलंबून असतो आणि ते अशा प्रकृतीचे सेनापती आहेत, की जे कधी लढणार नाहीत, असे त्यांनी मला सांगितले. मी त्यांना म्हटले की माझे मत याबद्दल मेनन यांच्यापेक्षा निराळे आहे, मी सहमत नाही. कृष्ण मेनन स्वत:च्या व्यक्तिगत नावड नाखुषीनुसार मत बनवीत होते. मी त्यांना सांगितले की, गेली तीन वर्षे चौधरींना मी पाहतो आहे आणि मला जे काही त्यांच्यात दिसले त्यावरून माझी खात्री आहे की, भारताच्या सेनेच्या आत्मगौरवाचा पुरावा द्यायची वेळ असली, तर चौधरी निश्चित लढतील. या माणसाबद्दल मी बनवलेले मत पुराव्यानिशी सिद्ध झाले. ते लढले, अगदी उत्तम प्रकारे लढले."

या शब्दांपलीकडे संरक्षणमंत्री कोणत्या शब्दात आपल्या सेनादलप्रमुखांची प्रशंसा करू शकले असते? हे मत त्यांनी चौधरी यांनी नेफानंतर भारतीय सेनेस दिलेले नेतृत्व आणि १९६५चे युद्धातील कार्यवाही यांच्यावर बनविले होते. हे नमूद करणे आवश्यक आहे की, संरक्षणमंत्री पदाच्या सुरुवातीच्या काळात त्यांचे जनरल चौधरींविषयीचे मत बरेच निराळे होते. जनरल चौधरी आपल्या टिपण्या ज्या उत्कृष्ट तऱ्हेने सादर करित त्यावरून भूसेनाप्रमुख लेखणीबहादूर आहेत, 'कागदावर लिखाण चांगले करतात, पण लढाईमध्ये ते स्वत:चे पाणी कसे दाखविणार याची मला शंका वाटते,' असे एकदा चव्हाण लेखकाला बोलले होते.

वरील मत त्यांनी ख्यातनाम वरिष्ठ पत्रकार दुर्गादास यांचेशीही बोलताना व्यक्त केले असले पाहिजे; कारण *इंडिया फ्रॉम कर्झन टू नेहरू अँन्ड आफ्टर* या आपल्या ग्रंथात (पृ. ३६५) दुर्गादास लिहितात–

१९६५मध्ये पाकिस्तानबरोबर झालेल्या २१ दिवसांच्या युद्धात चव्हाणांचे (चौधरींबद्दलचे) मूल्यमापन अगदी खरे होण्याची वेळ आली होती. युद्ध चालू असता त्याचे मार्गदर्शन करताना चौधरींमध्ये काही प्रमाणात मनाचा होणारा गोंधळ (अनिर्णितपणा), कदाचित सैन्यात अंगभूत असणाऱ्या धाडसाची उणीवसुद्धा दिसली असे कित्येक वर्तुळात विचारपूर्वक बनलेले मत आहे. खरोखर मंत्रीमंडळाच्या आणीबाणी समितीलाही वाटते की, चौधरींना लढण्यासाठी उत्तेजन द्यायला हवे.

त्या संदर्भात चौधरींच्या रणनीतीविषयी बरीच चर्चा झाली होती. भारत-पाक युद्धात आंतरराष्ट्रीय सीमा ओलांडून भारतीय सेना इच्छोगिल कालव्याच्या पूर्व बाजूस पोहोचली, तेव्हा देशाची अपेक्षा होती की, लवकरच सेना लाहोरचा कब्जा घेईल. इच्छोगिल कालव्यापासून लाहोर शहराची सीमा केवळ दहा-बारा किलोमीटर्स होती व भूप्रदेश सपाट असल्यामुळे भारतीय रणगाडे व चिलखती दल यांना सहजच ते करता आले असते असा सर्वसामान्य समज होता. परंतु त्यात दोन अडचणी होत्या. एक, इच्छोगिल कालवा सुमारे ४२ मीटर्स रुंदीचा व ५ मीटर्स खोल होता व दुसरे, सप्टेंबर महिन्यात त्या कालव्यातून तुडुंब पाणी वहात होते. कालव्याच्या पश्चिमेकडे पाकिस्तानी सैन्यांनी ठिकठिकाणी मोर्चेबंदी केली होती आणि कोणत्याही सशस्त्र सेनेला त्या भागातून लाहोरकडे कूच करता येऊ नये म्हणून निरनिराळ्या योजना आखल्या होत्या. कालवा पार करावयाचा तर त्यावर पूल बांधल्याशिवाय भारतीय सेना आणि चिलखती दलाला पश्चिमेकडे जाणे शक्य नव्हते. मुख्यत: त्या वेळी भारतीय सेनेला कल्पनाही नव्हती की काही मोक्याच्या ठिकाणी पाकिस्तानने कालव्याखालून भुयारीमार्गे आपले सैन्य व चिलखती दल पश्चिमेकडून पूर्वेकडे नेण्याची व्यवस्था केली होती.

कदाचित युद्धाच्या सुरुवातीला यशवंतराव चव्हाणांच्या मनात सैन्यदलाने आगेकूच करून लाहोर आणि सियालकोट या शहरांचा कब्जा घ्यावा असे होते असे दुर्गादास यांनी आपल्या पुस्तकात पृष्ठ ३९७ वर नोंदले आहे.

लेखकाच्या माहितीप्रमाणे असे विचार ५-६ सप्टेंबरला यशवंतराव चव्हाण यांच्या मनात येणे स्वाभाविक होते कारण लाहोरच्या दिशेने भारतीय सेनेने आंतरराष्ट्रीय रेषा ओलांडली आहे व आगेकूच केली आहे याविषयी निवेदन करताच त्यांना लोकसभेत जो प्रतिसाद मिळाला होता, त्यामुळे संरक्षणमंत्री म्हणून व नवीन पिढीतील नवोदित राजकारणी म्हणून त्यांना तसे वाटणे साहजिक होते. त्या निवेदनाविषयी सोमवार, तारीख ६ सप्टेंबर, १९६५ रोजी यशवंतराव चव्हाणांनी नोंद केली होती की,

मी संसदेत केलेल्या निवेदनाचे टाळ्यांच्या कडकडाटात मोठे स्वागत झाले. निवेदन करून मी खाली बसलो, तेव्हा माझ्यासमोर एक निराळीच उत्साहाने फुललेली लोकसभा होती. आता भारत हाही एक नवा भारत म्हणून खडा होईल, अशी मला खात्री आहे.

परंतु ४८ तासांत युद्धक्षेत्रात जे काही घडले त्यामुळे त्यांना कळून चुकले की, ज्या अनपेक्षितपणे शत्रूच्या हल्ल्याला तोंड द्यावे लागत आहे, त्यामुळे भारतीय सेनेला युद्धक्षेत्रावर कदाचित माघारही घ्यावी लागेल. त्या वेळी एकंदर प्रतिहल्ल्यात जरी भारत पुढे सरकत होता तरी पाकिस्तानी सेनाही तितक्याच त्वेषाने हल्ला करण्यासाठी सज्ज होत होती. त्या परिस्थितीत लाहोर किंवा सियालकोट यांचा कब्जा करण्याचा विचारही करणे शक्य नव्हते. तसे जर केले असते तर काय झाले असते असे कित्येक वेळेला विचारले जाते. खरे म्हणजे पाकिस्तान सरकार यांनी युद्धकाळात काढलेल्या एका पत्रिकेत स्पष्टपणे नमूद केले होते की, अमूक अमूक दिवशी भारत लाहोरचा कब्जा घेणार आहे आणि त्यासाठी मुलकी अधिकारी व पोलीस अधिकारीही सज्ज होत आहेत. रसेल ब्राईन (Russell Brine) यांच्या पुस्तकाच्या* ३२९ पानावर असे नमूद केले आहे.

युद्धसमयी लाहोरची लोकसंख्या तेरा लाख होती व एवढ्या मोठ्या लोकसंख्येच्या व जुन्या शहरावर लष्करी कब्जा घेण्यासाठी व तद्नंतर शांतता व सुव्यवस्था प्रस्थापित करण्यासाठी भारताकडे उपलब्ध असलेल्या

---

* Pakistan Government Pamphlet, Indo-Pakistan War, A Flash-back

सैन्यापेक्षा कितीतरी मोठ्या सैन्याची आवश्यकता होती. तसे संख्याबळ, एकंदर पश्चिम विभागातील युद्ध परिस्थिती, तसेच ईशान्य भारतात चीनने निर्माण केलेल्या संभाव्य परिस्थितीत उपलब्ध करणे शक्य नव्हते. त्यामुळे लाहोर किंवा दुसऱ्या कोणत्याही मोठ्या शहराचा कब्जा घेण्याची कल्पना लवकरच मागे पडली. शेवटी हे शहाणपणाचेच होते, असे म्हणावे लागेल.

सेवानिवृत्तीनंतर जनरल चौधरी यांना भारताचे उच्चायुक्त म्हणून कॅनडात नेमण्यात आले. त्यांनी शेवटपर्यंत चव्हाणांशी पत्राद्वारे संपर्क ठेवला होता. आपल्या आत्मचरित्रात त्यांनी चव्हाणांविषयी असलेला आदर, त्यांची कार्यपद्धती व सेनानींना दिलेले मार्गदर्शन याचा कृतज्ञतेने उल्लेख केला आहे.

एअर मार्शल अर्जन सिंह – वायुसेनाप्रमुख

भारत-पाक युद्धातील आणखी एक अनन्यसाधारण सेनानी म्हणून एअर मार्शल अर्जन सिंह यांचे नाव इतिहासात सदैव जमा राहील. १९६२ साली जेव्हा चव्हाण दिल्लीला आले तेव्हा वायुसेनाप्रमुख एअर मार्शल अर्देशीर इंजिनिअर हे पारशी गृहस्थ होते व एअर व्हाईस मार्शल अर्जन सिंह त्यांचे दुय्यम स्थानावर सहकारी होते. त्यामुळे वायुसेनेच्या बांधणीसाठी जे जे कार्य झाले त्यामध्ये अर्जन सिंहांचा वाटा फार मोठा होता. अत्यंत शांत स्वभावाचा उंच, देखणा व अगदी मितभाषी, अशा व्यक्तिमत्त्वामुळे अर्जन सिंह एक प्रभावी व्यक्तिमत्त्व आहे. रोजनिशीमध्ये चव्हाणांनी त्यांच्याविषयी लिहिलेले शब्द हे कित्येक वेळी एका कवीने लिहिलेल्या शब्दांसारखे आहेत, असे वाटते.

उदाहरणार्थ, १२ सप्टेंबरची नोंद : *'पेशावरबद्दल हवाईसेनाप्रमुखांना 'ठीक आहे' अशी अनुमती दिली. जेव्हा त्यांना (एअर मार्शल अर्जन सिंह) एखाद्या नव्या कामगिरीवर कृतीची परवानगी मिळते, तेव्हा हवाईसेनाप्रमुख एखाद्या पक्ष्याप्रमाणे आनंदाने नाचत चालताना वाटतात. खराखुरा लढवय्या शीख, आणि तरीदेखील किती हळुवार मृदु वर्तनाचा.''*

अर्जन सिंह एकंदर हळुवार मनाचे. प्रसंगी भारतीय विमानांची हानी व्हावयाची तेव्हा ते निराश असत. सप्टेंबर ५ रोजी भारतीय प्रदेशात एक पाकिस्तानी विमान खोलवर घुसले आणि पठाणकोट, हलवारा येथील विमानतळावर बॉंब टाकून त्यांनी भारतीय हवाईतळाची जबर हानी

केली. त्या गंभीर प्रसंगाची माहिती देण्यास अर्जन सिंह जेव्हा संरक्षणमंत्र्यांना निराशाजनक स्थितीत भेटले तेव्हा संरक्षणमंत्र्यांनी त्यांच्यावर पूर्ण पाठिंबा निर्देशित करीत त्यांना आक्रमक पवित्रा घेण्यास उत्तेजन दिले आणि सर्व तऱ्हेने त्यांना वेळोवेळी सल्ला दिला.

पुढे वायुसेनाप्रमुखांविषयी लिहिले, *'एअर मार्शल अर्जन सिंह म्हणजे रत्नासारखा माणूस. शांत प्रकृतीचा, पण मोठा कार्यक्षम आणि भडकून जाणारा नव्हे, पण फार कर्तबगार नेता.'*

युद्धानंतर २० जानेवारी, १९६६ रोजी चव्हाणांनी वायुसेनानीचा हुद्दा एअर मार्शलवरून एअर चीफ मार्शल करून अर्जन सिंह व हवाई दलाचा सन्मान केला.* त्याच दिवशी लिहिलेल्या पत्रात एअर चीफ मार्शल म्हणतात :

हवाईसेनाप्रमुखाच्या पदाचा दर्जा वाढविल्याबद्दल आणि एअर चीफ मार्शल या वरिष्ठ पातळीवर मला बढती दिल्याबद्दल आभार व्यक्त करण्यासाठी मी हे लिहीत आहे. भारतीय विमानदल आणि व्यक्तिश: माझा हा खरोखर मोठा सन्मान आहे. सर्व प्रसंगी नेहमी आपण कृपाळूपणाने माइयाशी वागलात त्याबद्दल मला मनोमन कृतज्ञता व्यक्त करावीशी वाटते. तुमचे ते शब्द मी कधी विसरणार नाही, 'भूतकाळात काय घडले त्याची चिंता करू नये, भविष्यकाळ त्यापेक्षा फार महत्त्वाचा आहे'. ६ सप्टेंबर, १९६५ रोजी पठाणकोट येथे घडलेल्या गंभीर दुर्घटनेची माहिती आपणाला मी कळवली, तेव्हा आपण मला हे म्हणाला होतात. प्रतिकूल परिस्थितीत शांतपणा ठेवणे आणि धाडसाचे निर्णय घेण्याची कुवत, या दोन्ही गुणांमुळे युद्धाच्या सर्व दिवसांमध्ये मला मोठी स्फूर्ती लाभत गेली.

६ सप्टेंबर, १९६५ रोजी पाकिस्तानी वायुदलाने पश्चिम बंगालच्या कुलाई कुंडा या वायुदलाच्या तळावर हल्ला केला होता. तसेच गौहत्ती आणि शिलाँग येथे छत्रीधारी सैनिक उतरले होते. त्यासमयी पंजाब व जम्मू युद्धक्षेत्रावर भारताची परिस्थिती बिकट झाली होती. त्यामुळे

पूर्वेकडे युद्ध सुरू होण्याची शक्यता होती. यामुळे भारतीय वायुसेनेने काही कार्यवाही करू नये, असा आदेश चव्हाणांनी दिला होता. परंतु काही गैरसमजुतीमुळे त्या दिवशी, भारतीय वायुसेनेने चित्तगाँग आणि ढाका विमानतळावर हल्ला चढवला होता. त्याला उत्तर म्हणून पाकिस्तानी हवाईसेनेने परत कुलाई कुंडा, तसेच बागडोरा आणि कलकत्ता विमानतळावर हल्ला करून कित्येक विमाने नष्ट केली होती.

व्हाईस ॲडमिरल सोमण – नौसेनाप्रमुख

१९६५ साली व्हाईस ॲडमिरल बी. एस. सोमण नौसेनाप्रमुख होते व त्यांच्या खाली दुय्यम पदावर एअर ॲडमिरल एस्. एम्. एस्. नंदा होते. युद्ध सुरू होताच हवाईसेनेने, चव्हाणांनी दिलेल्या आदेशानुसार कारवाया सुरू केल्या होत्या. पण नौसेनेला कोणतेही कार्य दिले नव्हते. त्यामुळे युद्ध सुरू होताच भारतीय नौसेनेने पाकिस्तानी नौसेनेविरुद्ध कोणतीही कार्यवाही स्वत:हून करू नये असा आदेश देण्यात आला होता. पुढे पोरबंदरच्या उत्तरेला भारतीय नौसेनेने काही हालचाली करू नयेत असा आदेश दिला होता. त्यामुळे सोमण व नंदा बरेच अस्वस्थ होते. नौसेनेलासुद्धा युद्ध स्वरूपाच्या काही हालचाली करण्यासाठी त्यांनी चव्हाणांना विनंती केली होती. त्यासंबंधी कदाचित एकमत न झाल्यामुळे ११ सप्टेंबरला चव्हाणांनी एस्. एम्. एस्. नंदासमवेत पंतप्रधानांशी चर्चा केल्याची नोंद आहे. त्यात एवढेच म्हटले आहे की, *'आवश्यक ते आदेश त्यांना दिले गेले आहेत'.*

एकंदर परिस्थितीची युद्धविषयक तयारी याचे आकलन करून या वेळी नौसेनेने युद्धात पडू नये असे ठरवले होते, असे वाटते.

भूसेनाप्रमुख, वायुसेनाप्रमुख व संरक्षणमंत्री यांचे संबंधाविषयी विस्तृतपणे लिहिण्याचा मुख्य उद्देश यशवंतराव चव्हाण यांनी सेनादलाला दिलेले नेतृत्व आणि सेनाप्रमुखांना दिलेले पाठबळ हे ज्ञात व्हावे हा आहे कारण शेवटी युद्धकाळात संरक्षणमंत्र्यांच्या नेतृत्वाची परीक्षा युद्धक्षेत्रात प्रत्यक्ष जे असतात त्यांच्यावर अवलंबून असते. १९६२च्या युद्धामध्ये राजकीय नेतृत्वाने सेनेच्या हालचालींमध्ये हस्तक्षेप केला होता व सेनेला मानहानी पत्करावी लागली होती, हा हेंडरसन ब्रूक्स् अहवालामधील एक महत्त्वाचा धडा होता. त्यामुळे चव्हाण हे शिकले होते की, सैन्याची मांडणी,

लढाईचा पवित्रा आणि मोहिमेच्या पातळीवर राजकीय नेतृत्वाने ढवळाढवळ करू नये, हे फार महत्त्वाचे असते. परंतु त्याच वेळेला राजकीय नेतृत्वाने सेनेस वरिष्ठ पातळीवर युद्धाचे मार्गदर्शन करणे मूलगामी स्वरूपाचे आहे, हेही स्पष्ट झाले होते. तसेच नेतृत्व यशवंतराव चव्हाण यांनी १९६५च्या भारत-पाक युद्धात दिले, हे त्यांच्याच रोजनिशीवरून स्पष्ट झाले आहे.

त्यामुळे नेफामधील घोर पराभवातून चव्हाणांनी भारताच्या संरक्षण दलांना परत उभे केले होते आणि १९६५च्या युद्धामध्ये भूसेनेस आणि वायुसेनेस भारतीय जनतेचा विश्वास व आदर परत प्राप्त करून दिला होता.

संरक्षणमंत्री यशवंतराव चव्हाण यांनी राष्ट्राला दिलेले हे सर्वोत्तम योगदान होते.

■

काश्मीर प्रश्न – पुढे काय?

यशवंतराव चव्हाण आजही एक जाणकार व वैचारिक नेता म्हणून मानले जातात. त्यांच्या रोजनिशीत शेवटच्या पानावर (२२ सप्टेंबर, १९६५च्या पानावर) त्यांनी जे शब्द नोंदले त्यावर त्यांच्या विचारांचे दर्शन होते. त्यांनी लिहिले होते–

...तर अशी पहिली फेरी पार पडली, दुसरी फेरी कोठे, केव्हा असेल?
मला मात्र आतून जाणवते आहे की जगाच्या या भागातील कटकटींना ही फक्त सुरुवात आहे. आपण आपल्याला मिळणाऱ्या उसंतीचा उपयोग कसा करतो, त्यावर या देशाचे भवितव्य ठरणार आहे. भारताच्या भोवती विळखा टाकण्याची धोकादायक प्रक्रिया शत्रू राष्ट्रांनी पूर्ण केली असे दिसते. काश्मीर प्रश्नावर संयुक्त राष्ट्रसंघटनेतील पुढारी राष्ट्र आणि रशियासुद्धा आपल्या बाजूचा नाही. दुःखाची गोष्ट म्हणजे आपण अगदी एकाकी आहोत.
आपल्या आजवरच्या परराष्ट्र धोरणाचा हा परिणाम. तो प्रश्न (काश्मीर प्रश्न) मुळात राजकीय स्वरूपाचा. अर्थात त्याचे उत्तर राजकीयच हवे, असले पाहिजे.
आपल्या चांगल्या नशिबाने आपण या संघर्षातून सुखरूप बाहेर आलो. पण आपण हे प्रश्न पुन्हादेखील निव्वळ लष्करी स्वरूपाचे बनवले तर ती अनिष्टसूचक चूक ठरणार आहे. ज्या राजकीय एकाकीपणात आपण स्वतःस पाहतो आहोत, ते (दुष्टचक्र) मोडून, जलदीने अगदी निराळ्या स्वरूपाची पावले टाकली नाहीत, तर तसेच घडणार आहे.
हा चेंडू राजकारणाच्या प्रांगणात पुन्हा पडत आहे. तिथेच त्याची खरी

खेळी. लष्करी वर्तुळात त्याची जागा नाही. दूरदृष्टीने, धैर्याने, आपल्या राजकीय नेतृत्वाला असणारे हे आव्हान आपण स्वीकारून दाखवू, अशी माझी आशा आहे.

युद्ध पुकारण्याअगोदर कोणतेही देश आपली उद्दिष्टये स्पष्टपणे मांडीत असतात. पाकिस्तानच्या दृष्टीने असे करणे आवश्यक नव्हते, कारण संघर्षाचा उगम फाळणीच्या वेळीच झाला होता. त्या वेळी जम्मू आणि काश्मीर राज्याच्या विलिनीकरणाच्या वेळी नवीन जन्मलेल्या पाकिस्तानने गनिमी सैन्य पाठवून काश्मीर खोरे बळकविण्याचा प्रयत्न केला होता. त्याच वेळी संयुक्त राष्ट्रसंघासमोर हा प्रश्न मांडण्यास भारताने पुढाकार घेतला होता व त्या युद्धाचा अंत १९४७ साली संयुक्त राष्ट्रसंघाने दिलेल्या युद्धबंदीच्या आदेशान्वये झाला. हा इतिहासाचा भाग सर्वश्रुत आहे. १९६५ भारत-पाक युद्ध; पाकिस्तानने १९४७ साली काश्मीरसाठी जो संघर्ष सुरू केला त्याचीच एका तऱ्हेने परिणती होती. त्या युद्धाला चव्हाणांनी 'पहिली फेरी' असे म्हटले आहे आणि दुसरी फेरी कोठे, असाही प्रश्न उपस्थित केला.

२२ सप्टेंबर, १९६५ची नोंद चव्हाणांनी त्याच रात्री केली होती आणि साहजिकच त्या दिवशी पंतप्रधानांच्या खोलीत झालेली चर्चा, युद्धबंदीविषयी निर्णय, तसेच आंतरराष्ट्रीय आणि राष्ट्रसंघात झालेल्या उलाढाली, हे सर्व त्या वेळी चव्हाणांच्या मनात होते. निष्कर्ष म्हणून त्यांनी भारताच्या भोवती विळखा टाकण्याची धोकादायक प्रक्रिया शत्रूराष्ट्रांनी पूर्ण केली होती असे दिसते, अशा शब्दात आपल्या मन:स्थितीचे वर्णन केले होते.

पुढे, काश्मीर प्रश्नावर भारत एकाकी पडला आहे हे चव्हाणांना दिसले होते आणि त्या अनुषंगाने त्यांनी स्पष्टपणे लिहिले होते, ''आपल्या आजवरच्या परराष्ट्र धोरणाचा हा परिणाम. तो प्रश्न (काश्मीर) मुळात राजकीय स्वरूपाचा, अर्थात त्याचे उत्तर राजकीयच हवे, असले पाहिजे.''

हे युद्ध पहिली फेरी होती असे जर चव्हाणांचे मत होते, तर त्यांनी ताश्कंदमध्ये हाजीपूर-पूंछ व टिथवाल येथून सैन्य माघारी घेण्यास का संमती दिली, हा प्रश्न निर्माण होतो. लेखकाने जेव्हा तो प्रश्न विचारला तेव्हा चव्हाणांनी एवढेच सांगितले, की ताश्कंदमधील चर्चेत निर्माण झालेली कोंडी फोडण्याचा तो एक मार्ग होता. त्यांचेबरोबर असलेले

सैन्यातील वरिष्ठ अधिकारी, विशेषत: ले. ज. कुमारमंगलम्, यांनी तशी मान्यता दिली होती असे चव्हाणांनी सांगितले. परंतु हेही खरे, की ताश्कंद बैठक अयशस्वी झाली तरी चालेल पण आझाद काश्मीर भागातील रक्त सांडून कब्जा केलेला प्रदेश कोणत्याही परिस्थितीत परत केला जाणार नाही; अशी भूमिका जर लालबहादूर शास्त्री यांनी घेतली असती तर बरे झाले असते असा विचार चव्हाणांनी प्रकट केला. परंतु ताश्कंद बैठकीतून काहीतरी निष्पन्न झाले पाहिजे अशी पंतप्रधानांची भूमिका, तसेच रशियाचे पंतप्रधान कोसिजिन यांनी ती बैठक यशस्वी होण्यास केलेली शिष्टाई आणि पाकिस्तानचे राष्ट्राध्यक्ष यांनी दाखविलेली नरमाई यामुळे ते सर्व कबूल करावे लागले होते. दुर्दैवाने लालबहादूर शास्त्री कोसिजिनच्या दबावाला बळी पडले व ५ ऑगस्ट, १९६५ला जशी सैन्ये होती तशी माघारी घेण्यास त्यांनी मान्यता दिली.

त्या संदर्भात १२ सप्टेंबर, १९६५ रोजी केलेल्या नोंदीला महत्त्व आहे. त्या दिवशी मंत्रिमंडळाच्या आणीबाणी समितीने चकमकी थांबवण्यास मान्यता देताना, चव्हाणांनी दोन मुद्द्यांवर स्पष्ट भूमिका घेतली होती. चव्हाणांचे शब्दात

(१) काश्मीरमध्ये जी नवी ठाणी व्यापली ती सोडणार नाही. कारण घुसखोरीला प्रतिबंध करावयाला ती आवश्यक आहेत. आणि

(२) याच्यापुढे भारताच्या दृष्टीने काश्मीर हा राजकीय पातळीवर वाटाघाटी करावयाचा विषय राहिलेला नाही.

पहिला निर्णय अतिमहत्त्वाचा होता. हाजीपूर फुगवटा खिंड हस्तगत करणे हे १९६५च्या युद्ध कारवाईतील नेत्रदीपक यश होते. त्यामुळे पाकव्याप्त काश्मीर प्रदेशातील सर्वांत मोठा मुलूख भारतीय लष्करी तुकड्यांनी मुक्त केला होता व रक्त सांडून जिंकलेले हाजीपीर आणि किशनगंगा ताश्कंद करारामुळे पाकिस्तानला परत द्यावे लागले. थोडक्यात, युद्धात जे काही जिंकले होते ते आपण ताश्कंदला गमावले व राजकीय पातळीवर काश्मीरचा प्रश्न वाटाघाटीसाठी खुला राहिला.

१९६५चे भारत-पाक युद्ध स्वातंत्र्याच्या एका तपानंतर झाले होते. तद्नंतर पुढचे युद्ध १९७१ साली झाले. त्यामुळे बांगला देशची निर्मिती झाली. दोन्ही युद्धांची परिणती, पहिली ताश्कंदला तर दुसरी सिमल्याला झाली, त्यात एक साम्य होते. ते म्हणजे दोन्ही वेळा भारतीय पंतप्रधानांनी

संयमाची, समझोत्याची आणि विश्वासाची भूमिका घेतली. त्याचाच परिणाम म्हणजे भारत-पाक सेनेचा वाद आजही ताजा आहे. पाकिस्तानने गनिमी/अतिरेकी आक्रमण चालू ठेवले आहे ते १९९९ मध्ये झालेल्या कारगिल युद्धामध्ये परत दिसून आले.

काश्मीरचा प्रश्न राजकीय आहे, हे सर्वमान्य आहे आणि आजही त्या विषयाच्या अवतीभोवती दोन्ही देशांत चर्चा चालू आहे. कित्येक वर्षे ही चर्चा चालू राहील असे यशवंतराव चव्हाणांना वाटत होते, हे त्यांनी केलेल्या नोंदीवरून स्पष्ट झाले. त्यांचे म्हणणे खरे झाले आहे. ∎

परिशिष्टे

टीप : परिशिष्टे १ ते ६ अधिकृत दस्तावेज आहेत. याकरिता ते
इंग्रजीतच ठेवले आहेत.

ON SITUATION ALONG INDO-PAKISTAN BORDER
Lok Sabha on August 23, 1965

I rise to make a statement on the situation along the Cease Fire Line and elsewhere in Jammu and Kashmir as well as along the Indo-Pakistan borders.

As Hon. Members are aware, for the last 11 days we have had to face a new development posing a threat to the security of State of Jammu and Kashmir. This threat has taken the shape of an organized incursion of armed personnel disguised as civilians from across the Cease Fire Line. It was on the 5th August that a large group of infiltrators appeared in the area South-West of Gulmarg. Prompt steps were taken to locate them and after an exchange of the fire with our Security Forces, the infiltrators fled under cover of darkness. A quantity of ammunition left by the raiders was recovered. Since then reports of other groups infiltrating into different parts of Jammu and Kashmir have been received and steps have been taken to meet the situation. In the clashes from the initial encounters onwards, the infiltrators have suffered substantial casualties. In the process of retreat they have left behind large quantities of arms and ammunition, clothing, cooked food, medical supplies, compasses, maps etc.

While some of the infiltrators encountered near the Cease Fire Line have retreated across it, some others have penetrated further towards our side and regrouped themselves. All these infiltrators have had as their aim the blowing up of strategic bridges, the raiding of supply dumps, the destruction of places of strategic importance, incendiaries and the killing of VIPs. It also appears that their aim was to reach quickly, the city of Srinagar and create commotion there. They have operated during night to reduce chances of being seen and intercepted.

The infiltrators are by and large personnel of the so-called Azad Kashmir battalions of the Pakistan army which is a force, Pakistan employs to man the Cease Fire Line. They are officered by Pakistani Army Personnel and are supported by so-called mujahids and razakars, who apart from carrying arms, are also given lesser jobs as porters etc. The infiltrators are equipped with rifles, sten-guns, light machine guns, grenades, rocket launchers and explosives of which we have recovered large quantities. Wherever they have met our Security Forces, they have not only suffered heavy casualties but have also either surrendered or abandoned large quantities of arms and equipment in their flight.

Perhaps the most important aim with which the infiltrators were charged was to enter the city of Srinagar, coinciding with an expected demonstration by some political parties on the 9th August in the hope that they could so disorganize the affairs as to give the resulting situation the complexion of an armed rebellion. The main aims of the infiltrators have not been realized. The Security Forces engaged them, well outside Srinagar town and checked their progress. Their hope of important captures such as the Srinagar airfield was futile and, at this stage, I might say that the Srinagar airfield and other important military installations have always been carefully and well guarded.

As I have said before, we were aware that Pakistan was giving training to certain numbers of armed personnel in guerilla warfare but the exact time and place of the infiltration was not known to us. Our forces along the Cease Fire line were mainly responsible for the stoppage of any major military attack across this Line but as Honourable Members will realize that it is impossible to prevent infiltration of people in small groups across 470 miles of extensive and difficult terrain. The Cease Fire Line was, as Honourable Members are aware, fixed ad hoc and does not follow natural features providing easy defence against infiltration.

परिशिष्ट । १४५

The infiltrators came in small groups which re-grouped themselves later on. In view of the surprise tactics adopted by the infiltrators and the type of the firearms that they carried, they were able to inflict some casualties on policemen guarding vital points, 21 of whom have died.

This is the only change I am making in the statement as already prepared, and I am doing so only to give the up-to-date figures of casualties, – the up-to-date information I have got is that in addition to 21 policemen killed, 5 officers and 41 others of the Indian Army have died fighting the infiltrators. We have killed 2 officers and 151 other infiltrators and their bodies have been picked up. Another 300 are estimated to have been killed or wounded; 84 infiltrators including 2 officers have been captured by us so far. Amongst the arms and ammunition captured by us, are substantial quantities of rifles, stenguns, LMGs, thousands of rounds of ammunition of various kinds, mortar bombs, rocket launchers and rockets and explosives. Wire cutters, binoculars, compasses, transistor radios and signal equipment have also been captured. Clothing, blankets, food and medicines, etc. has also been captured from the infiltrators in large quantities.

STATEMENT RE-SITUATION IN KASHMIR
Lok Sabha on August 31, 1965

Sir, I would like to inform the Hon. Members, that on 26th August our army units crossed the Cease Fire Line south of Uri to clear up all raiders established in the area of the bulge made by the Cease Fire Line. It was from those bases, that Pakistani infiltrators had moved towards Gulmarg and the Kashmir valley, and it was from these bases that they were being supplied. The bases had been well protected by Pakistani troops and reliable information had been received that large bands of raiders were concentrated here for future infiltration.

These cleaning up operations undertaken by the army have met with complete success and our units are now in occupation of the Hajipur pass which is the main route though which these raiders have been moving. In the course of these operations, our troops have also captured the important feature of Bedore and a number of other posts. The Hajipur pass is five miles south of the cease-fire line as the crow flies but a considerable distance longer by tracks as the country is high, mountainous and difficult. In these operations we have captured substantial quantities of arms, ammunition and equipment, designed to supply the raiders as well as to defend the area. Casualties of our own troops have been light and details of casualties of Pak forces are still being received.

■

STATEMENT RE-ADVANCE OF INDIAN ARMY ACROSS BORDER IN LAHORE SECTOR
Lok Sabha on September 6, 1965

On the afternoon of 5th September Pakistan aircrafts intruded across the international boundary at Wagha near Amritsar and fired rockets at an air force unit. Anti-aircraft action drove them away. This violation was reported, but there were further violations over the same border by the Pakistan Air Force and it was quite apparent that Pakistan's next move was to attack Punjab across the International border. The indication that this was going to happen was building up over some time. In order to forestall the opening of another front by Pakistan, our troops in the Punjab moved across the border in the Lahore Sector for the protection of the Inidan border.

We have taken the decision to effectively repel Pakistani aggression in the full knowledge that the whole nation, irrespective of party alignments, is one with the Govenment in this matter. The Prime Minister has received the fullest assurance from all quarters in this regard. I am sure, Hon'ble Members and the country will show appreciation of the great gallantry with which our Army has been fighting against odds in our State of Jammu and Kashmir, in extremely difficult terrain as in the Kargil and Haji Pir areas. The House is undoubtedly, also proud of the performance of our boys in the Air Force, who have destroyed several Pakistani Sabre Jets. I have no doubt now that our Armed Forces will give a worthy account of themselves.

STATEMENT RE-DEFENCE OPERATIONS
Lok Sabha on September 8, 1965

Sir, to sum up, I should like to give the House a broad picture of our strategy. The conflict began with infiltrators coming across the Cease Fire Line. We restricted our action to measures along the Cease Fire Line. Pakistan, however, chose to extend the area of conflict by attacking in the Chhamb sector, across the international boundary, between the State of Jammu and Kashmir and Pakistan, using heavy tanks and heavy artillery. This was followed by an air raid on Amritsar, as well as on points in the State of Jammu and Kashmir far from the frontier where the fighting was in progress. It was in these circumstances, and purely as a defensive measure, that our armed forces had no option but to take action against the basis in West Pakistan.

Our advances in the Punjab have immediately achieved their objective of relieving the pressure on our troops in the Jaurian-Akhnur sector, where the Pakistani forces have withdrawn and are being pursued by our troops. The enemy is still on our side of the Cease Fire Line and the International frontier in certain places and have yet to be cleared from these areas.

In the meanwhile, Pakistan has attempted to escalate the war in the Eastern sector. We have no quarrel with East Pakistan and while our troops have taken up positions within our territory in order to meet any threat of aggression by Pakistan, at the present moment, I do not visualize our taking any action to escalate the war in the field except to the extent Pakistan's action compels us to do.

If Pakistan's intention is to escalate the fighting in other field, as evidenced by the naval bombardment of Dwaraka Port, our forces are prepared to meet the threats which may be posed by Pakistan. As far as we are concerned, our action is limited to make Pakistan realise that we will not tolerate any interference with the territorial integrity of India of which Kashmir is a part. We have to prevent the mounting of any attack by the Pakistan military machine on our territories.

STATEMENT RE-DEFENCE OPERATION
Lok Sabha on September 10, 1965

The enlargement of the conflict has not been of our seeking. Militarily, we had to take effective steps to stop Pakistani aggression in Chhamb, which was launched with heavy armour and air support at the far end of our long line of communication. We had to draw out the Pakistani forces elsewhere to release the pressure in the Chhamb-Jaurian sector. Also there were concentrations of troops on the Sialkot and Lahore fronts, which could have taken in the rear our troops, engaged in Chhamb. We, therefore, meant to engage the Pakistani forces from wherever they were threatening a thrust on us. The heavy battles that have since been fought in the Sialkot and Lahore sectors corroborate the need for this. In engagements of this kind of heavy fighting, some ups and downs are to be expected. We have engaged the menacing Pakistani forces in many sectors and have, by and large, held the positions despite the heavy counter-attacks mounted by Pakistan. Heavy fighting is continuing and our jawans and air force are giving a good account of themselves.

As I indicated earlier, our overall purpose is a limited one, to prevent the mounting of attacks to the Pakistani military machine in our territory and we hope that Pakistan will realize that we will not tolerate interference with the territorial integrity of India, of which Kashmir is a part. We do not wish to extend the areas of conflict. It is Pakistan which has again started firing along the East Pakistan-India border. What its designs are, we do not know, but we will remain prepared to meet a threat, if one develops there.

Pakistan has been resorting to bombing of civilian areas like Jammu, Ranbirsinghpura, Jaurian, Amritsar, Ferozepur etc. where considerable damage to civilian life and property has been caused.

Notwithstanding the malicious Pakistani propaganda, particularly abroad, that we have bombed civilian areas in Rawalpindi and Karachi, we have refrained from any such action. Our air strikes in Rawalpindi area have been limited to the Chakala airfield from which sorties have been mounted for aggression on us, and elsewhere also we have been attacking their air bases only. It is Pakistan which has resorted to unfair means as is evidenced by Indian Air Force markings observed on a Pakistan F-86 plane by our pilots. We hope that Pakistan will even at this stage give up the false pretences which it has been making ever since the induction of Pakistani armed personnel in disguise into our State of Jammu and Kashmir.

Y. B. CHAVAN'S DIARY OF INDIA- PAK WAR 1965
1 to 22 September

September 1, 1965

In the morning meeting General Kumarmangalam said 16-days is the least (period) before Pak should retaliate.

At 11 a.m. visited the hospital… But the moment I reached hospital, P.V.R. Rao phoned to say that Pakistan with Armour support had launched an attack in the Chhamb Sector.

Returned to office at 1 p.m. …. Fixed up further briefing in the OPS room, after COAS's return in the afternoon.

By 4.45 p.m. COAS & CAS had hurried consultation for few minutes and came to me for orders for use of Air in Chhamb Sector against Tanks.

Had no time to consult ECC (Emergency Committee of the Cabinet) or Prime Minister. Time was vital factor. Took decision on their advice and asked them to go ahead.

COAS asked for signal to go ahead for Punjab action which I gave.

6.30 p.m. ECC. C.S. Jha (the Foreign Secretary) read out U Thant's report. Informed ECC of the Air Strike – Informed Prime Minister about the signal I gave to COAS for Punjab.

CAS came in the evening to report about strike and its results. We are missing 4 Vampires.

In the morning meeting ~~Lt~~ General ~~K~~ said 15 day is the last when Pak should retaliate. He has no information as yet —

At 11 a.m. visited the in the hospital — Battle casualty — But the moment I reached the Hospital Purkhad phoned there & say that — Pakistan with Armour support has launched an attack in Chhamb sector —

Returning to office 1 p.m. & got more details about the situation in Chhamb — fixed up further briefing in Ops-Room after COAS return in the afternoon.

4 P.M. meeting for Air force future plans — By 4-45 COAS & CAS had having consultation for few minutes & I am came to me for orders for use of Air in Chhamb sector against the Tanks. Had no time for consulting E.C.C. or P.M. Time was the vital factor. took decision on their advice & asked them to go ahead. COAS asked for signal to go ahead for Panjab action which I gave 6-30. E.C.C C.S. the read out the L.O Thant's report — Informed E.C.C of Air strike — Informed P.M about the signal I gave to COAS for Panjab. CAS Came in the evening & reported about strike & its result. we are awaiting the result.

September 2, 1965

1) I got further details of Air Strike in the morning meeting. It has certainly escalated the matters. But at the same time stabilized the Conflict – perhaps temporarily in the Chhamb Sector.

2) Shri (G.L.) Sheth (Secretary Defence Production) returned from Moscow after doing a good piece of work in negotiating agreements for Naval Equipment.

3) Meeting of leaders of Opposition… made a report to them regarding latest development. They were (in) co-operative spirit.

4) Made a Statement in the Parliament (Lok Sabha) which was received well. I emphasized the escalating elements in the situation by describing it as a "Militarily developing situation".

5) ECC Meeting – U Thant's report to the Security Council Members as discussed.

I insisted on military advantages being maintained. Those U.K. Proposals look like a trap.

Prime Minister appeared to be strong. I hope he maintains this attitude.

6) COAS came to unburden his mind – looked somewhat depressed.

September 3, 1965

This day began with a gift from IAF – CAS came to my residence with news that IAF in the morning Air battle had shot down an F86 of Pakistan in the Chhamb Sector….

COAS came in the evening. He was in good mood. He said he was sorry that he was somewhat depressed yesterday, I can understand this. He has to open his mind; pour it out somewhere. It is good he is doing with me.

ECC at 9 p.m. Conditional acceptance (of U Thant's) was the proposal from E.A. Ministry.

My line was any acceptance now is unreal. Would affect the morale both of the people and the Army and Air Force.

Prime Minister took a self-respecting line.

Septemebr 4, 1965

1) ECC met twice 1 p.m. and 4.45 p.m. Reply to U Thant was finalized. Prime minister supported by most of us except ,Swaran Singh (who) had taken unreasonably strong line.

2) There were two air strikes. Afternoon one produced results. 2 Pak aircrafts shot down.

3) In Chhamb fighting – things are not going well. I think somebody has initially blundered. Jaurian will have to be given up today. Real fight near Akhnur bridge will have to be resolutely fought – otherwise it is going to be disaster for

The Army and the Government .— All efforts will have to be made to avert it. I propose to concentrate tomorrow on this.

4) COAS came at 8.10 p.m. Gave me the resume of the events in Chhamb last night and today. He was rather depressed. Discussed with him plans of the next move fixed for tomorrow.

I think that is the step that will change the complexion of the entire situation. — If we fail there – and I cannot even imagine of it—the Nation fails.

September 5, 1965

This was the President's (Dr. Radhakrishnan) birthday. Called on him in the morning.

Spent the morning in the office. Had detailed discussions with COAS and CAS about tonight's plans

At 11 a.m. Prime Minister called me to his residence where he was in conference with the Chief Ministers of all the States. I gave briefly the idea as to what was happening on the front in Chhamb.

N.D.C. met in the afternoon.

At 9 p.m. COAS came. He was relaxed. Had a brief discussion. I wished him "Good Luck".

September 6, 1965

A historic day, our troops marched in Lahore sector early morning. IAF also did a good day's work.

To begin with we are not a war minded nation and I am proud of it. Yet there comes a moment in the nation's life when it has to stand up against a bully and teach him a good lesson. That is what we are out to do. We are not looking in terms of a fight between a Hindu nation and a Muslim nation. We want a peaceful neighbour.

A neighbour who thinks he can get away with all his aggressive activities easily will never be peaceful. He needs to be told effectively in action that this will not do.

Well, my Statement in Parliament was received with thunderous applause. After I sat down, I found that the Lok Sabha was a different Lok Sabha – and I was sure India was new India.

ECC met and took a review. In the evening things started moving fast. Pakistan Air Force was mad with IAF. Did (carried out) angry attacks on Pathankot, Halwara, Adampur, Amritsar and Jamnagar. Took a substantial toll of our planes, CAS came at 11.30 p.m.

September 7, 1965

I had not slept well last night – 9.45 a.m. Morning Meeting – Army is dong well according to plans. CAS gave further bad news of losses at Kulaikunda and over a base in West Pakistan.

Bombing by both sides in East Pakistan has created a problem. I told CAS to hold his hand in East Pakistan. We do not want any wasteful escalation there. Politically also it would be unwise to do anything which might provoke China at this moment. He (CAS) agreed.

ECC was concerned about Air-raids on our bases. When ECC was on, information about good work of army in Chhamb Sector came. The news of Dera Baba Nanak bridge being exploded arrived. In the afternoon good news of IAF taking a good toll of 2 F-104's came. I must say I started feeling well.

Executive (Congress Parliament Party's) at 4 p.m. was interesting. They were quite appreciative. Parliamentary Board met at 6.30 (p.m.) I was somewhat late. Decided to postpone organizational elections. N.G. Gore came to see me at 8 p.m.

September 8, 1965

No entry.

September 9, 1965

Had a very hard day on all the fronts — Very fierce counter attacks mounted and we are required to withdraw in Kasur area.

COAS was somewhat uncertain of himself. I suggested to him that he should go in forward areas so that he will be in touch of (with) realities. He said he would go next day.

September 10, 1965

ECC was the usual affair, Indira Gandhi, (the Information and Broadcasting Minister) took rather unhelpful attitude about publicity. As we are not in a position to give more material to them, they (her Ministry) are becoming somewhat unpopular with the Press; and; (therefore) we should take over the briefing. I thought it was selfish and said so.

…Made a Statement in Lok Sabha (in the) evening mentioning withdrawal of Kasur.

COAS met in the evening briefing meeting. His visit to forward areas has done him quite good.

He was more certain (sure) of himself.

September 11, 1965

Morning meeting gave some hopeful and encouraging glimpse of the situation on the front.

Had discussions in the presence of the PM with CNS (Admiral S.M.S. Nanda). Necessary orders were given.

EEC was a general rambling affair. Important decision of giving 2/3 of salary as pension for 7 years to the families of those who are killed in action was taken.

News came through COAS that we had a good day's bag at Kasur (Lahore Sector): 17 tanks in that.

Party meeting in the evening. I gave them this news and there was all joy for it.

September 12, 1965

U Thant has come today. Meet PM at 4 p.m.

Morning meeting - some further programme of Sialkot was given.

D.P. Dhar of Kashmir came to see me and gave his views on the whole situation.

CAS was given O.K. for Peshawar. When he (Air Marshal Arjan Singh) is asked to go ahead on a new task CAS even walks as a dancing bird. A real fighting Sikh ! And yet how soft and gentle.

Meeting with PM at 7 p.m. He told details to me and Sardarji (Swaran Singh, the Foreign Minister) of his talks with U Thant.

September 13, 1965

EEC at 9 a.m. U Thant's proposals were placed before us. He wants a final reply by 15 (September) morning. We, particularly I and TT (Krishnamachari), pressed for conditinal acceptance. But no final view could emerge.

Morning meeting: Steady progress everywhere. The stupid incident (of) Lt. Col. Anant and 300 Sikhs took place yesterday.

Lunch with President for U Thant.

4 p.m. Executive of the Congress party in Parliament daily briefing - very critical of peace proposals.

6.30 p.m. ECC again. General view that emerged... was that we should accept the proposal of cessation of hostilities.

But make our position clear on the following two points:

1) The new pockets occupied in Kashmir should not be given up as they were essential for preventing infiltration and

2) Kashmir is no longer a problem of political negotiations as far as India was concerned.

PM's dinner in U Thant's honour was a quiet peaceful affair.

September 14, 1965

Morning meeting — As usual 'nothing special' report was given by COAS.

This is rather unusual. I must find out why things are not moving. I will have to into it today and tomorrow.

CAS gave a report of the visit to Peshawar.

Reports of Pak attacks on Barrackpore and Agartala came. CAS was keen that we give him permission to start things in East Pakistan'. I hold told him to wait for a day. One more incident and he is free to go ahead.

Had a talk with CNS about his plans. He is rather too keen to do something. I had to restrain him.

Pradhan came to see me. He has just returned from Geneva. He has offered his services. I liked it.

In the noon leaders of the Opposition were called by PM and ECC (and) Executive Committee (of the Congress Party in

Parliament) also endorsed the same.

At 4 p.m. ECC met again. Here PM produced a different draft than the one that was shown yesterday. (Chavan has added in Marathi: I did not like this sleight-of hand.) I felt that the draft was too long and vague. I said so. COAS suggested some changes.

At 5 p.m. I had discussion with U Thant for about 45 minutes in my office. Events since 5 August were recounted and I put across my point of view. Defence Secretary and the COAS were present.

September 15, 1965

ECC to consider the reply to U Thant. It was decided after some discussion to reply in a more agreeable way. But it is strange that U Thant has again equated both India and Pakistan.

Met Executive at 4 p.m. - had a usual type of discussion. I gave them some information on the happenings on the front.

ECC meeting again at 5 p.m. U Thant has sent another proposal, offering his own mediation. This proposal surprised even P.M. Does it mean that U Thank expected the failure of the proposal of cease-fire?

The whole affair looked like a mechanical process.

PM authorised the announcement to be broadcast that war efforts will continue unabated.

At 6 p.m. met Chiefs of Staff. In informed them of the results of the ECC and asked them to take a close review of their strategies. Both of them (COAS and CAS) would go in forward areas tomorrow for discussions.

September 16, 1965

No morning meeting today. Went straight to Lok Sabha. PM made a Statement on U Thant talks and its results. It was very well received in the House. All the Opposition party leaders supported the stand of Government. Only Dr. Ram Manohar Lohia in his own typical way said : "We are behind the army. We are not behind the Government - but on its side.

It was a heartening sight to see all parties united on a major national issue.

At 12.45 I called Lt. Gen. Kumarmangalam (the Adjutant General) for some discussions. We took a review of what happened in the last week. We both agreed that 8th - 9th September were critical days. At one point things looked rather gloomy. Stubborn attitude both in HQ (Army) and at Western Command saved the situation. At Army HQ someone at Top mentioned withdrawal to Beas (river) But fortunately it was immediately scorched.

Gen. K. (Kumarmangalam) feels that one more major and serious effect should be expected on the part of Pakistan. Where ? Sialkot - he thought

At 6 pm. COAS(and) CAS came and reported the gist of their impressions of forward areas. I have insisted today to break the stalemate in front

Must do something that will put tremendous pressure on (President) Ayub.

September 17, 1965

I was woken up from sleep at 6 a.m. to be told about the Chinese severe note amounting to ultimatum to dismantle within three days the construction on Chinese territory near Sikkim's border. It was confirmed by 6.30 a.m. AIR news.

ECC at 9 a.m. at Prime Minister's House to consider Chinese note. Meeting lasted nearly 2 hours.

It was decided to agree to the joint inspection and send an early reply. But the general feeling was that (the) Chinese would not accept this proposal. It was just an excuse to start trouble for India in support of Pakistan. The main political purpose seems to be to see that Pakistan does not get weak so as to accept cease-fire proposal under the pressure of USA and Russia. Militarily to see that pressure on Pakistan is relieved and also to give military support to Kashmir LOC (Line of Actual Control).

Prime Minister made a statement in Parliament at 3.30 p.m. It was soberly received.

First news of the movement of Chinese Army started coming in.

Tuting in Siang Division of NEFA and Chhamb Valley (Sikkim/ Bhutan) were mentioned.

Had a long talk with COAS about Chinese threat and our position in different places.

Prime Minister called in the evening. He was in a mood to talk. We discussed in great length the Chinese threat.

September 18, 1965

At 11.30 (a.m.) had a two hour discussion in the prime Minister's room in South Block when both Chiefs of Staff (Chief of Army Staff Gen. Chaudhuri and Air Marshall Arjan Singh), the Cabinet Secretary, Home Secretary, Defence Secretary and L.K. Jha were present. General review of our objective was taken. Supply position was considered. Some early decision was necessary in Chhamb Sector. This was necessary (for) both political and military reasons. I stressed this point. COAS will look into this.

This meeting was necessary to clear the minds. USA, USSR and UK were to be approached.

Apparently the day was devoted to analysing Chinese intentions. Their threat could not be taken lightly. Diplomatic moves had already been initiated to seek help from the UK, the USSR and the USA. At the same time there was much behind-the-scene activity in the United Nations Security Council. U Thant had returned to New York and the delegates had begun working on a new resolution for peace on the sub-continent.

September 19, 1965

1) Morning and evening meetings as usual to take review with the Chiefs of Staff.

2) I broadcast my speech - It was well-received. Nandaji (Gulzarilal Nanda, the Home Minister), and Manubhai (Shah, the Commerce Minister) telephoned to say (that) they liked it much.

Baba (More, Y.B. Chavan's brother-in-law) phoned from Bombay to say the same. It is a comfortable feeling to know that your family members like what you do or say.

3) Sad news of the death of CM (Chief Minister) Gujarat Balwantrai Mehta came at 10.30 p.m. (previous night). It was shocking news. He died in air accident.

China's "deadline" was due to expire that day. Chavan's broadcast was intended to reassure the nation that the Indian troops were ready to face the Chinese threat.

September 20, 1965

Early morning by 5 a.m. I was woken by shrill ring of phoen by my bedside, PVR (P.V.R. Rao, the Defence Secretary) ws speaking. He was ringing to tell me that further information had come about Balwantbhai (Mehta)'s air accident. It was not an accident but was shot down by Pakistani fighter planes near Bhuj. It was surprising that the plane went off the track nearly by 50 miles between Ahmedabad - Mithapur. I hate these Pakistanis. It was the most dastardly attack on a non-military and a tiny plane. Balwanthbhai has died a martyr's death.

In my meeting with the Chiefs of Staff, I mentioned to them about the possibility of cease-fire as Security Council resolution was expected any time. What was their view ?

COAS told me that he had prepared an assessment from (the) military point of view and he would show it to me later.

He came back alone with the assessment. His thesis was that the twin purpose of (1) doing damage to the war potential and military machine of Pakistan and (2) defeating the purpose and plan of Pakistan to decide the Kashmir issue by military strength were achieved. We are on top of the situation (and) if we agree to the cease-fire now Army would support it. The respite we will get will be good to put things right as far as supplies were concerned. Politically we were completely isolated. To reject cease-fire would be in the long run militarily also unwise. China's game is to continue (the) struggle so that they can fish in the troubled waters.

I think it is good that the military and political thinking was moving in the same direction.

Chinese extended their ultimatum by three days. Very clever people.

ECC(met) in the evening. Security Council Resolution had come by this time ordering cease-fire by the morning of 22nd. ECC generally discussed and adjourned to meet next day.

When I was in the Chiefs of Staff meeting at 6 p.m. message came that I should meet Prime Minister with Defence Secretary and Chiefs of Army Staff. L.K. Jha was present. We met at 7 .m. at Prime Minister's.

After some preliminary discussion about the military point of view, it was agreed that Prime Minister should send to U Thant, through G. Parthasarthy (India's Permanent Representative to the UN) (a message) confirming our willingness to order simple cease-fire if Pakistan is agreeable.

September 21, 1965

This was a fast-moving day. Morning brought the news of China's firing in Nathula (Sikkim) and other places Three days' extension was just a bluff. Our troops were ordered to reply to the fire, if fired upon and to take defensive positions if a major attack came.

1) ECC met. Prime Minister told them about the message already sent to U Thank. ECC agreed without much discussion.

2) Party Executive met and endorsed Prime Minister's action with enthusiasm.

3) All Party leaders met. They thought that Prime Minister's action of sending the message to U Thank a diplomatic and wise move.

Confirmation came that Balwanbhai (Mehta's) plane was shown down by (a) Pakistani plane.

News came in the evening that Bhutto (Foreign Minister) left Pakistan on way to New York to address the Security Council.

I think he will bark and bark there and ultimately agree to the cease-fire.

September 22, 1965

I was in bed at 5 a.m. when PVR Rao phoned to tell me that Parthasarthy has phoned to say that (the) Secretary General wants us to declare unilateral cease-fire. It was an absurd suggestion. I told him it is better that ECC meet to consider. I am dead opposed to such (a) suicidal thing.

8.30 (a.m.) ECC met. I put forward my point of view. ECC agreed. A message was sent to Parthasarthy.

After (the) morning meeting I got a message by 11 a.m. that Bhutto is addressing the Security Council and a rumour reached that he was asking for more time. I called COAS to consider the implication of such a move.

He came to me at 12 o' clock. Was with me for one hour. We were going into the pros and cons. CAS came and told me about air battle in the Kasur area - 5 (planes) were shot down. We were in Khem Karan etc.

By 12.45 message came through news agency that Bhutto has agreed to cease-fire. IN the meanwhile COAS came with draft instructions. Prime Minister's word came that we all go to him and discuss. We showed the drat instructions to Prime Minister and he authorized its issue. It was 1.30 p.m.

Prime Minister made a statement (in the Parliament) at 3.30. It was well received.

4.30 p.m. ECC met. Prime Minister made a short speech and congratulated COAS and CAS. We all felt proud.

Cabinet colleagues warmly congratulated me.

Army and Air Force have become now for us the symbols of our national pride and glory. A great day for me. A great day for Chaudhuri and Arjan Singh.

It was just then (that I) remembered a talk with Krishna Menon only a week ago. He told me that I depended too much on Chaudhuri and he is a general who will never fight. I told him that I disagreed with him. He was going by his personal dislikes. I have told him that from what I have seen of him (Chaudhuri) in the last 3 years, I am sure if it comes to vindicate the honou of (the) Indian Army, Chaudhuri will fight. And today, I was vindicated in my judgment of the man. He fought and fought well.

Air Marshal Arjan Singh is a jewel of a person; quietly efficient and fine; unexcitable but a very able leader.

So the first round is over - where is the second round and when ? I have a feeling that this is the real beginning of trouble in this part of the world. How we utilize the respite that we are getting is going to decide the future of the country. The dangerous process of encirclement of India by hostile countries in complete. The leading powers of UNO including USSR are not with us on (the) Kashmir issue. We are tragically alone.

This is the achievement of our Foreign Policy — The issue (Kashmir) is basically political. Its solution will have to be political.

We have with good luck come out of it (the conflict) well. But if we try to make it again purely military, it will be a disastrous mistake. Unless we make quick and radically new moves to break the political isolation that we find ourselves in.

The ball is now in the political court again — where it should be — and not the military one.

I hope we have the vision and courage to accept this challenge to (our) political leadership.

<u>22nd September</u> १९६५

I was in bed at 5 a.m. when D.R. [?] phoned to tell me that Parthasarathy had phoned to say that Sec. General wanted us to declare unilateral ceasefire. It was an absurd suggestion. I told him it is better that E.C.C meets to consider. I am dead opposed to such suicidal thing any point of view. E.C.C agreed. A message was sent to प्रधानमंत्री.

8.30 E.C.C met.

After morning meeting I got the message by 11 a.m. that Lord is advising security council a curious statement that he was asking for more time. I called C.O.A.S to consider the implication of such a move.

He came to me at 12 o'clock. was with me for one hour. we were going to the front & C.O.A.S. C.A.S came he told me about the air battle in the previous week and when enemy plane was shot down we were in Khem Karan etc.

सूची

* एखाद्या संज्ञेला पर्याय असला (जसे अरुणाचल प्रदेश आणि नेफा) तर त्याची नोंद त्या संज्ञेच्या शेजारी कंसात केली आहे. अभ्यासकांनी दोन्ही नोंदींची पाने पाहावीत.

* पृ. १४४ नंतरच्या पानांवर इंग्रजीतील मजकूर आहे.